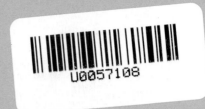

 瑞蘭國際

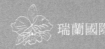瑞蘭國際

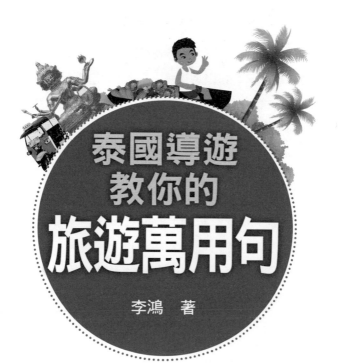

泰國導遊
教你的
旅遊萬用句

李鴻 著

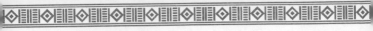

把泰國導遊裝進口袋，
享受零阻礙的泰國旅遊

泰國是一個有趣又好玩的國度。到泰國旅遊既方便前往，又可以隨興漫遊，還有好吃的食物與有趣的風土民情，所以受到全世界人的歡迎。本書特別列舉了一些到泰國旅遊時，使用頻率最高的單字和句子，可以滿足旅遊時與泰國人的會話應對。旅遊時邊練習泰語，不僅能讓你的旅行更為順暢，也能夠貼近感受泰國人情的親切。

另外，本書採用的泰語發音標示法，是目前泰國境內官方使用的標示法，也是泰國人都能看懂的標示法，但是與一般英語發音略有不同。其中較為明顯者如「Th」，英、泰語的發音全然不同，泰語的發音就如同注音中的輕聲音「ㄊ」，舉例來說，曼谷有一條名為「ThongLo」的巷子，其泰語發音即為「通羅」。而其他例如泰語發音表示的「Dh」、「Kh」等，就是英文發音的「D」、「K」的輕聲音。還有泰語「L」及「R」所發的音也不盡是英語的發音法，常見的有「La」及「Ra」，其中「L」聽起來幾乎是不發出聲，而

「R」卻是要發彈舌音，像「Ra」就是發「拉」的彈舌音；但也有「R」不發出聲音的例外，如榮譽的「榮」，英文標示是「Sri」，泰文是「ศรี」，發的音如「習」。

寫了這麼多有關泰語發音的事情，不知道讀者是不是已有心理準備，打算捲起舌來，馬上開口說泰語了呢？要強調的是，本書之所以用泰語發音標示法，就是希望讀者學到最接近泰國人、最正確的泰語發音。尤其是本書，特別邀請泰籍名師，錄下了最標準泰國中部腔，所以對泰語發音標示法還不熟悉的讀者也不用擔心，只要一邊看著本書，一邊聽CD學習，相信發音絕對不成問題，說出來的泰文還會讓泰國人讚不絕口呢！

無論如何，泰國是一個天生樂觀又包容的民族，所以當在泰國旅遊時，說一些不太標準的泰語，即便是講得「零零落落」也沒有關係，因為泰國人常常掛在嘴邊說的「麥邊萊」（Mai Ben Rai ไม่เป็นไร），意思就是：「沒有關係的啦」。

李鴻

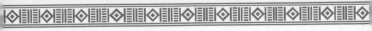

如何使用本書

STEP 1
在前往泰國之前,您可以先這樣認識泰國

導遊為你準備的旅遊指南

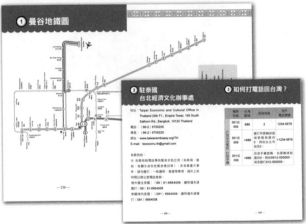

① 曼谷地鐵圖

② 駐泰國
台北經濟文化辦事處

③ 如何打電話回台灣?

精選在泰國遊玩時所需的各種實用資訊,並分為地圖篇、文化篇及諮詢篇。旅遊必備的曼谷地鐵圖及泰國地圖,讓您在泰國暢行無阻;從泰國節慶、泰國必吃水果到泰國人的小名與冠稱,泰國導遊為您一一解說,帶您體會泰國文化的趣味;最後附上泰國簽證服務、駐泰國台北經濟文化辦事處及如何撥打台灣電話等資訊,讓您想一個人在泰國趴趴走也不是難事喔!

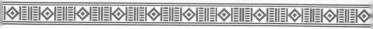

STEP 2 在泰國旅遊時，您可以這樣使用萬用字與萬用句

導遊教你的旅遊萬用字

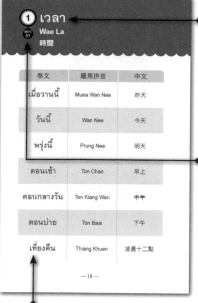

泰文	羅馬拼音	中文
① เวลา Wae La 時間		
MP3 01		
เมื่อวานนี้	Muea Wan Nee	昨天
วันนี้	Wan Nee	今天
พรุ่งนี้	Prung Nee	明天
ตอนเช้า	Ton Chao	早上
ตอนกลางวัน	Ton Klang Wan	中午
ตอนบ่าย	Ton Baai	下午
เที่ยงคืน	Thiang Khuen	凌晨十二點

— 18 —

▶ 主題
配合四大類十九個小主題，認識旅遊必學的基本萬用字！

▶ MP3序號
特聘泰籍名師錄製，配合MP3學習，您也可以說出一口漂亮又自然的泰文！

▶ 單字
依照分類，精選最實用的相關單字！

— 5 —

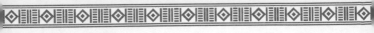

導遊教你的旅遊萬用句

▶ 場景
搭配八大類三十八
個小場景,迅速學
會各種地點、狀
況、場合的旅遊萬
用句!

▶ 導遊教你說
依照各個場景,
「導遊教你說」列
出最實用、最基礎
簡單的句型,讓您
立即就能說出整句
泰語!

② ยืนยัน
MP3 21 Yuen Yan
確認

導遊教你說

1
เตรียมสัมภาระที่จะเอาไปเที่ยวเรียบร้อย
หรือยังคะ / ครับ

Triam Saam Paa Ra Tee Ja Ao Bai Tiao Reab Roi Rue
Yang Ka / Klab

去旅行的東西都帶齊了嗎?

2
เรียบร้อยแล้ว ค่ะ / ครับ
ในกระเป๋าสะพายมีพาสปอร์ต
กระเป๋าเงิน และบัตร เครดิต

Reab Roi Laew Ka / Klab
Nai Kra Bao Sa Pai Mee Passport Kra Bao Ngen Lae
Bud Credit

是的,旅行背包裡面有護照、有錢包,還有信用
卡。

— 74 —

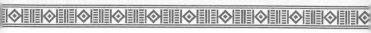

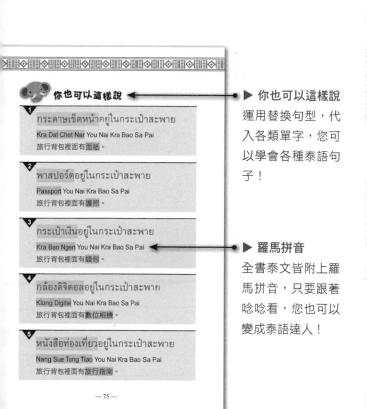

1
กระดาษเช็ดหน้าอยู่ในกระเป๋าสะพาย
Kra Dat Chet Nar You Nai Kra Bao Sa Pai
旅行背包裡面有面紙。

▶ **你也可以這樣說**
運用替換句型,代入各類單字,您可以學會各種泰語句子!

2
พาสปอร์ตอยู่ในกระเป๋าสะพาย
Passport You Nai Kra Bao Sa Pai
旅行背包裡面有護照。

3
กระเป๋าเงินอยู่ในกระเป๋าสะพาย
Kra Bao Ngen You Nai Kra Bao Sa Pai
旅行背包裡面有錢包。

▶ **羅馬拼音**
全書泰文皆附上羅馬拼音,只要跟著唸唸看,您也可以變成泰語達人!

4
กล้องดิจิตอลอยู่ในกระเป๋าสะพาย
Klong Digital You Nai Kra Bao Sa Pai
旅行背包裡面有數位相機。

5
หนังสือท่องเที่ยวอยู่ในกระเป๋าสะพาย
Nang Sue Tong Tiao You Nai Kra Bao Sa Pai
旅行背包裡面有旅行指南。

—75—

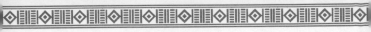

目 錄

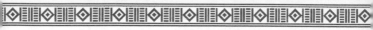

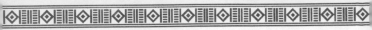

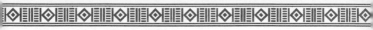

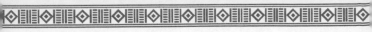

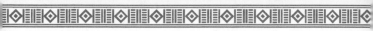

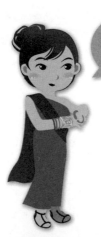

ขอบคุณค่ะ

Khob Khun Ka

謝謝。

Part 1 導遊教你的
旅遊萬用字

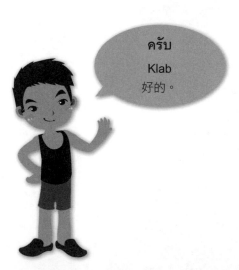

Chapter 1

เวลา
時間

泰文	羅馬拼音	中文
เมื่อวานนี้	Muea Wan Nee	昨天
วันนี้	Wan Nee	今天
พรุ่งนี้	Prung Nee	明天
ตอนเช้า	Ton Chao	早上
ตอนกลางวัน	Ton Klang Wan	中午
ตอนบ่าย	Ton Baai	下午
เที่ยงคืน	Thiang Khuen	凌晨十二點

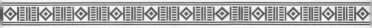

泰文	羅馬拼音	中文
ตีหนึ่ง	Ti Neung	凌晨一點
ตีสอง	Ti Song	凌晨二點
ตีสาม	Ti Sam	凌晨三點
ตีสี่	Ti See	凌晨四點
ตีห้า	Ti Ha	凌晨五點
หกโมงเช้า	Hok Mong Chao	早上六點
เจ็ดโมงเช้า	Jet Mong Chao	早上七點
แปดโมงเช้า	Paed Mong Chao	早上八點

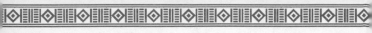

泰文	羅馬拼音	中文
เก้าโมงเช้า	Kao Mong Chao	早上九點
สิบโมงเช้า	Sib Mong Chao	早上十點
สิบเอ็ดโมงเช้า	Sib Ed Mong Chao	早上十一點
เที่ยง	Thiang	中午十二點
บ่ายโมง	Bai Mong	下午一點
บ่ายสองโมง	Bai Song Mong	下午二點
บ่ายสามโมง	Bai Sam Mong	下午三點
บ่ายสี่โมง	Bai See Mong	下午四點

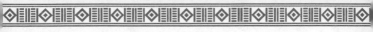

泰文	羅馬拼音	中文
ห้าโมงเย็น	Ha Mong Yen	下午五點
หกโมงเย็น	Hok Mong Yen	下午六點
หนึ่งทุ่ม	Neung Tum	晚上七點
สองทุ่ม	Song Tum	晚上八點
สามทุ่ม	Sam Tum	晚上九點
สี่ทุ่ม	See Tum	晚上十點
ห้าทุ่ม	Ha Tum	晚上十一點

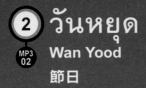

② วันหยุด
Wan Yood
節日

วันลอยกระทง
ปีนี้ มีจัดกิจกรรมพิเศษ

Wan Loy Kra Thong
Pee Nee Mee Jud Kit Ja Kam Pi Set
今年的水燈節有特別的活動。

泰文	羅馬拼音	中文
ปีใหม่	Pi Mai	新年
วันมาฆบูชา	Wan Ma Kka Bu Cha	萬佛節
วันสงกรานต์	Wan Song Kran	宋干節
วันวิสาขบูชา	Wan Vi Sa Kha Pu Ja	衛塞節

泰文	羅馬拼音	中文
วันลอยกระทง	Wan Loy Kra Thong	水燈節

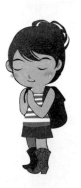

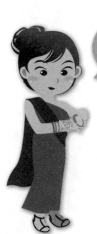

มีอะไรคะ ?
Mee A-Rai Ka
怎麼了嗎？

Chapter 2

จำนวน
數量

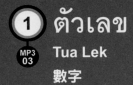

① ตัวเลข
Tua Lek
數字

3995 ใช่ตัวเลขที่คุณต้องการไหม ?

3995 Chai Tua Lek Tee Khun Tong Karn Mai

3995這是你要的數字嗎？

泰文	羅馬拼音	中文
หนึ่ง	Neung	1
สอง	Song	2
สาม	Sam	3
สี่	See	4
ห้า	Ha	5

泰文	羅馬拼音	中文
หก	Hok	6
เจ็ด	Jet	7
แปด	Paed	8
เก้า	Gao	9
สิบ	Sib	10
ยี่สิบ	Yee Sib	20
สามสิบ	Sam Sib	30
สี่สิบ	See Sib	40

泰文	羅馬拼音	中文
ห้าสิบ	Ha Sib	50
หกสิบ	Hok Sib	60
เจ็ดสิบ	Jet Sib	70
แปดสิบ	Paed Sib	80
เก้าสิบ	Gao Sib	90
หนึ่งร้อย	Neung Roi	100
หนึ่งพัน	Neung Phan	1000

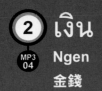

เงิน
Ngen
金錢

ใช่ ชุดละ 10 บาท ไหม ?

Chai Chud La Sib Baht Mai

是10銖一份，對嗎？

泰文	羅馬拼音	中文
หนึ่งบาท	Neung Baht	1銖
สองบาท	Song Baht	2銖
ห้าบาท	Ha Baht	5銖
สิบบาท	Sib Baht	10銖
ยี่สิบบาท	Yi Sib Baht	20銖

泰文	羅馬拼音	中文
ห้าสิบบาท	Ha Sib Baht	50銖
หนึ่งร้อยบาท	Neung Roi Baht	100銖
ห้าร้อยบาท	Ha Roi Baht	500銖
หนึ่งพันบาท	Neung Phan Baht	1000銖

泰文	羅馬拼音	中文
สตางค์	Sa Tang	撒丹 （100撒丹＝1銖）
บาท	Baht	泰銖
อัน	Un	個
แก้ว	Kaew	杯
ชาม	Cham	碗
ตัว	Tua	件
คู่	Koo	雙

4 คน
Kon
人

泰文	羅馬拼音	中文
หนึ่งคน	Neung Kon	一人
สองคน	Song Kon	二人
สามคน	Sam Kon	三人
สี่คน	See Kon	四人
ห้าคน	Ha Kon	五人
หกคน	Hok Kon	六人
กี่คน	Kee Kon	幾人

Chapter 3

อาหาร
美食

ดิฉัน / ผม ขอต้มยำกุ้ง 1 ที่ ค่ะ / ครับ

Di Chan / Phom Khor Tom Yam Kung Neung Tee Ka / Klab

我要一份泰式酸辣蝦湯。

泰文	羅馬拼音	中文
ส้มตำ	Som Tam	涼拌木瓜絲
มัสมั่นไก่	Mas Sa Man Kai	黃咖哩雞
ไก่ทอด	Kai Thot	炸雞
ปอเปี๊ยะทอด	Po Pia Thot	炸春捲

泰文	羅馬拼音	中文
ผัดผักรวมมิตร	Pad Pak Ruam Mit	炒什錦蔬菜
ผัดไทย	Pad Thai	泰式炒麵
ทอดมันปลา	Thot Man Pla	泰式咖哩魚餅
ต้มยำกุ้ง	Tom Yam Kung	泰式酸辣蝦湯
ผัดซีอิ๊ว	Pad See Ew	炒粿條
ก๋วยเตี๋ยว ราดหน้า	Kuay Teow Rad Na	炒粿條羹
เส้นหมี่น้ำ	Sen Mee Nam	米粉湯
วุ้นเส้นน้ำ	Woon Sen Nam	冬粉湯

泰文	羅馬拼音	中文
บะหมี่น้ำ	Ba Mee Nam	雞蛋麵湯
ก๋วยเตี๋ยวน้ำ	Kuay Teow Nam	細粿條湯
สุกี้	Su Ki	泰式火鍋
ปลาทรายทอด	Pla Sai Tod	沙梭魚
หอยแครง	Hoi Khraeng	血蚶蛤蜊

② เครื่องดื่ม

Kreuang Deum

飲料

泰文	羅馬拼音	中文
ชาอูหลง	Cha Oo Long	烏龍茶
นมสด	Nom Sod	牛奶
ยาคูลท์	Ya-Kult	養樂多
ไวน์	Wine	葡萄酒
เบียร์	Beer	啤酒
น้ำแร่	Nam Rae	礦泉水
น้ำผลไม้	Nam Pol La Mai	果汁

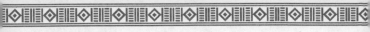

泰文	羅馬拼音	中文
ชา	Cha	茶
กาแฟ	Ca Fae	咖啡
ชาไทยใส่นม	Cha Thai Sai Nom	泰式奶茶（Thai tea with milk）
ชาดำเย็น	Cha Dam Yen	泰式冰茶（Thai iced tea without milk）
ชานม	Cha Nom	奶茶（milk tea）
ค็อกเทล	Cock-Tail	雞尾酒
โค้ก	Coke	可樂
โกโก้	Co Co	可可

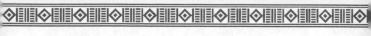

泰文	羅馬拼音	中文
มิลค์เชค	Milk Shake	奶昔
แชมเปญ	Cham-Pagne	香檳酒

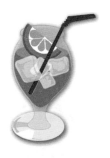

มะละกอ ช่วงนี้อร่อยมาก

Ma La Ko Chuang Nee A-Roi Mak

這時候的木瓜很好吃。

泰文	羅馬拼音	中文
ผลไม้	Pol La Mai	水果
สับปะรด	Sap Pa Rod	鳳梨
มะละกอ	Ma La Ko	木瓜
ทุเรียน	Thu Rian	榴槤
ฝรั่ง	Fa Rang	芭樂

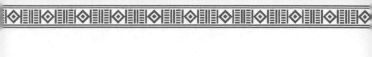

泰文	羅馬拼音	中文
แตงโม	Tang Mo	西瓜
ส้มโอ	Som Oo	柚子
มะม่วง	Ma Muang	芒果
มะพร้าว	Ma Phrao	椰子
มังคุด	Mang Kud	山竹
เงาะ	Ngo	紅毛丹
ขนุน	Ka Noon	波羅蜜
ลูกท้อ	Look Toh	水蜜桃

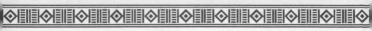

泰文	羅馬拼音	中文
แอปเปิ้ล	Apple	蘋果
สาลี่	Sa-Lee	梨子
กล้วย	Kuay	香蕉
องุ่น	A Ngun	葡萄
สตรอว์เบอร์รี่	Strawberry	草莓
ส้ม	Som	橘子
เมลอน	Melon	哈密瓜
ลูกพลับ	Look Plap	柿子

泰文	羅馬拼音	中文
เชอร์รี่	Cherry	櫻桃

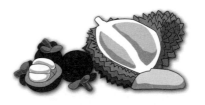

อันนี้ เผ็ดมากๆ

An Nee Phed Mak Mak

這個非常辣。

泰文	羅馬拼音	中文
เปรี้ยว	Priew	酸的
หวาน	Wan	甜的
ขม	Kom	苦的
เผ็ด	Phed	辣的
เค็ม	Kem	鹹的

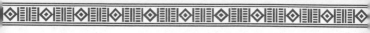

泰文	羅馬拼音	中文
ร้อน	Ron	燙的、熱的
เย็น	Yen	冰的、冷的
หอม	Hom	香的
เหม็น	Men	臭的
อร่อย	A-Roi	美味的
จืดชืด	Juet Chuet	難吃的
มัน	Mun	油膩的
จืดจืด	Juet Juet	清淡的

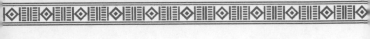

泰文	羅馬拼音	中文
รสชาติเข้มข้น	Rod Chart Kem Kon	濃郁的

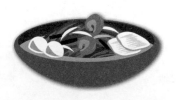

ไม่ทราบว่า ห้องน้ำ อยู่ที่ไหน ?

Mai Saap Wa Hong Nam Yu Tee Nai

請問廁所在哪裡？

泰文	羅馬拼音	中文
โรงพยาบาล	Rong Pa Ya Ban	醫院
ร้านอาหาร	Ran A-Han	餐廳
ป้ายรถเมล์	Pai Rod Mae	車站
สถานีตำรวจ	Sa Ta Nee Tam Ruad	派出所
แอร์พอร์ต	Airport	機場

泰文	羅馬拼音	中文
ห้องน้ำ	Hong Nam	廁所
ร้านสะดวกซื้อ	Ran Sa Duak Sue	便利商店
ซุปเปอร์มาร์เก็ต	Supermarket	超級市場
ห้างสรรพสินค้า	Hang Sub Pa Sin Kha	百貨公司
สวนสนุก	Suan Sa Nook	遊樂園
ฟิตเนส	Fitness	健身房
ร้านนวด	Ran Nuad	按摩店
สวนสาธารณะ	Suan Sa Ta Ra Na	公園

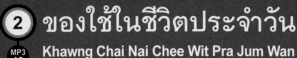

ครีมอาบน้ำ วางไว้ที่ไหน ?

Kreem Arb Nam Waang Wai Tee Nai

沐浴乳放在哪裡？

泰文	羅馬拼音	中文
ครีมอาบน้ำ	Kreem Arb Nam	沐浴乳
แชมพูสระผม	Chaem Poo Sa Phom	洗髮乳
ครีมนวดผม	Kreem Nuad Phom	潤髮乳
แปรงสีฟัน	Praeng See Fan	牙刷
ยาสีฟัน	Ya See Fan	牙膏

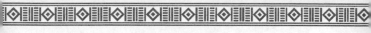

泰文	羅馬拼音	中文
ไดร์เป่าผม	Drai Pao Phom	吹風機
หวี	Wee	梳子
สบู่หอม	Sa Bu Hom	香皂
ผ้าขนหนู	Pa Kon Nu	毛巾
ผ้าเช็ดตัว	Pa Ched Tua	浴巾

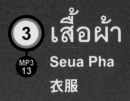

ดิฉัน / ผม ต้องการซื้อ เสื้อเชิ้ต

Di Chan / Phom Tong Karn Seu Seua Shirt

我要買襯衫。

泰文	羅馬拼音	中文
แจ็คเก็ต	Jacket	夾克
กางเกง	Kang Keng	褲子
เนคไท	NeckTie	領帶
เสื้อเชิ้ต	Seua Shirt	襯衫
กางเกงขาสั้น	Kang Keng Kha San	短褲

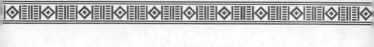

泰文	羅馬拼音	中文
ชุดแซก	Chud Sax	連身裙
เสื้อยืด	Seua Yeud	T恤
เสื้อโปโล	Seua Polo	POLO衫
ชุดชั้นใน	Chud Chan Nai	內衣褲
ชุดว่ายน้ำ	Chud Wai Nam	泳衣

หมวกใบนี้ใส่แล้วสวยไหม ?

Muak Bai Nee Sai Laew Suay Mai

這帽子戴起來好看嗎？

泰文	羅馬拼音	中文
หมวก	Muak	帽子
แว่นตา	Waen Ta	眼鏡
แว่นตา กันแดด	Waen Ta Kan Daet	太陽眼鏡
ผ้าพันคอ	Pha Phan Kho	圍巾

泰文	羅馬拼音	中文
ต่างหู แบบห่วง	Tang Hu Bab Huang	夾式耳環
ต่างหู แบบก้าน	Tang Hu Bab Kan	穿針式耳環
ถุงมือ	Tung Mue	手套
ผ้าเช็ดหน้า	Pha Ched Nar	手帕
ผ้าไหมพันคอ	Pha Mai Phan Kho	絲巾
สร้อยคอ	Soi Kho	項鍊
กำไลข้อมือ	Gam Lai Kho Mue	手鐲
สร้อยข้อมือ	Soi Kho Mue	手鍊、手環

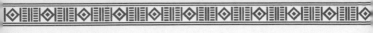

泰文	羅馬拼音	中文
แหวน	Waen	戒指
เข็มขัด	Khem Khad	腰帶、皮帶
รองเท้า	Rong Tao	鞋子

สีแดงสวยกว่า

See Daeng Suay Gwa

紅色的比較好看。

泰文	羅馬拼音	中文
สีแดง	See Daeng	紅色
สีขาว	See Khaow	白色
สีฟ้า	See Far	藍色
สีเหลือง	See Leung	黃色
สีม่วง	See Muang	紫色

泰文	羅馬拼音	中文
สีเขียว	See Keaw	綠色
สีน้ำตาล	See Nam Tan	茶色
สีส้ม	See Som	橘色
สีชมพู	See Chom Poo	粉紅色
สีดำ	See Dum	黑色
สีทอง	See Thong	金色
สีเงิน	See Ngen	銀色
สีเทา	See Tao	灰色

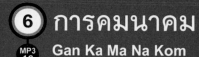

6 การคมนาคม

Gan Ka Ma Na Kom

交通工具

นั่งแท็กซี่สะดวกกว่า

Nang Taxi Sa Duak Gwa

搭計程車比較方便。

泰文	羅馬拼音	中文
แท็กซี่	Taxi	計程車
ลีมูซีน	Limousine	出租車
รถประจำทาง	Rod Pra Jum Tang	公共巴士
แอร์พอร์ตบัส	Airport Bus	機場巴士
รถทัวร์	Rod Tour	遊覽車

泰文	羅馬拼音	中文
รถไฟ	Rod Fai	火車
รถไฟฟ้า เอ็มอาร์ที	Rod Fai Fah MRT	地鐵
รถไฟฟ้า บีทีเอส	Rod Fai Fah BTS	空鐵
เรือ	Reua	船
เครื่องบิน	Kruang Bin	飛機
แอร์พอร์ตลิงก์	Airport-(Rail)-Link	機場快線
รถตุ๊กตุ๊ก	Rod Tuk Tuk	都都車
รถมอเตอร์ไซด์	Rod Maaw Tur Sai	摩托車

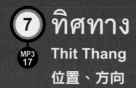

ระวัง ด้านขวา มีรถมา

Ra Wang Daan Khwa Mee Rod Ma

小心，右邊有車子來了。

泰文	羅馬拼音	中文
ด้านขวา	Daan Khwa	右邊
ด้านซ้าย	Daan Sai	左邊
ด้านนี้	Daan Nee	這邊
ด้านนั้น	Daan Nan	那邊
ด้านข้าง	Daan Khang	旁邊

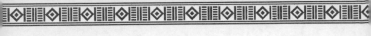

泰文	羅馬拼音	中文
ด้านหน้า	Daan Nar	前面
ด้านหลัง	Daan Lang	後面

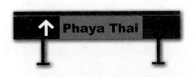

กรุงเทพ

เป็นสถานที่ที่น่าท่องเที่ยวมาก

Krung Thep Pen Sa Tan Tee Tee Naa Tong Tiao Mak

曼谷是很值得旅遊的地方。

泰文	羅馬拼音	中文
กรุงเทพ	Krung Thep	曼谷
เชียงใหม่	Chiang Mai	清邁
พัทยา	Pattaya	芭達雅
หัวหิน	Hua Hin	華欣

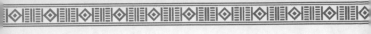

泰文	羅馬拼音	中文
เชียงราย	Chiang Rai	清萊
อยุธยา	Ayuttaya	阿育塔雅 （大城）
เกาะสมุย	Koh-Samui	蘇美島
ภูเก็ต	Phuket	普吉島

9 สถานที่ท่องเที่ยว ในประเทศไทย

MP3 19

Sa Tan Tee Tong Tiao Nai Pra Tet Thai

泰國景點

ตอนนี้ ดิฉัน / ผมกำลังจะไป วัดพระแก้ว

Tawn Nee Di Chan / Phom Kam Lang Ja Pai
Wat Phra-Kaew

現在，我要去玉佛寺。

泰文	羅馬拼音	中文
วัดพระแก้ว	Wat Phra-Kaew	玉佛寺
พระบรม มหาราชวัง	Phra Bo Rom Ma Ha Rat Cha Wang	曼谷大皇宮
พระพรหม สี่หน้า	Phra-Phrom See Nar	四面佛

— 65 —

泰文	羅馬拼音	中文
ตลาดน้ำ	Ta Lard Nam	水上市場
ตลาดนัด จตุจักร	Ta Lard Nad Cha Tu Chak	乍都乍週末市場
สยามสแควร์	Siam Square	暹邏廣場

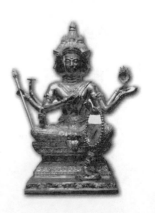

Part 2　導遊教你的
旅遊萬用句

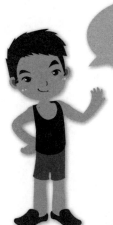

นี่คืออะไรครับ ?

Nee Kue A-Rai Klab

這是什麼？

Chapter 1

เตรียมตัว
準備

1 จัดกระเป๋าเดินทาง 打包行李

2 ยืนยัน 確認

① จัดกระเป๋าเดินทาง

MP3 20

Jud Kra Bao Dern Tang

打包行李

導遊教你說

1

เตรียมกระเป๋าเดินทางไปเที่ยวเมืองไทย
เรียบร้อยแล้วหรือยัง คะ / ครับ ?

Triam Kra Bao Dern Tang Bai Tiao Muang Thai Reab
Roi Laew Rue Yang Ka / Klab

要去泰國旅行的行李準備好了嗎？

2

เรียบร้อยแล้ว ค่ะ / ครับ

Reab Roi Laew Ka / Klab

是的，都準備好了。

3

เอาครีมกันแดดมาไหมคะ / ครับ ?

Ao Cream Gun Dad Ma Mai Ka / Klab

防曬乳液有沒有帶著？

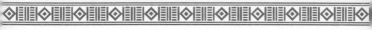

4

เอามาค่ะ / ครับ อยู่ที่กระเป๋าใบเล็ก

Ao Ma Ka / Klab You Tee Kra Bao Bai Lek

有的，在小包包裡。

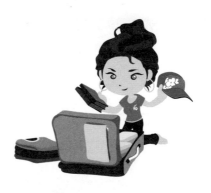

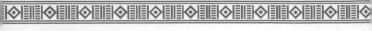

 你也可以這樣說

1
ยาอยู่ในกระเป๋าเดินทาง

Ya You Nai Kra Bao Dern Tang

行李箱裡面放藥。

2
หนังสืออยู่ในกระเป๋าเดินทาง

Nang Sue You Nai Kra Bao Dern Tang

行李箱裡面放書。

3
ครีมล้างหน้าอยู่ในกระเป๋าเดินทาง

Cream Lang Nar You Nai Kra Bao Dern Tang

行李箱裡面放洗面乳。

4
กระดาษเช็ดหน้าอยู่ในกระเป๋าเดินทาง

Kra Dat Chet Nar You Nai Kra Bao Dern Tang

行李箱裡面放面紙。

5
แปรงสีฟันอยู่ในกระเป๋าเดินทาง

Prang See Fan You Nai Kra Bao Dern Tang

行李箱裡面放牙刷。

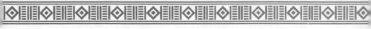

6

เสื้อผ้าสำรองอยู่ในกระเป๋าเดินทาง

Sua Par Sam Rong You Nai Kra Bao Dern Tang

行李箱裡面放換洗衣物。

7

รองเท้าอยู่ในกระเป๋าเดินทาง

Rong Tao You Nai Kra Bao Dern Tang

行李箱裡面放鞋子。

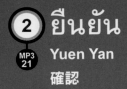

② ยืนยัน
Yuen Yan
確認

導遊教你說

1
เตรียมสัมภาระที่จะเอาไปเที่ยวเรียบร้อย
หรือยังคะ / ครับ ?

Triam Saam Paa Ra Tee Ja Ao Bai Tiao Reab Roi
Rue Yang Ka / Klab

去旅行的東西都帶齊了嗎？

2
เรียบร้อยแล้ว ค่ะ / ครับ
ในกระเป๋าสะพายมีพาสปอร์ต
กระเป๋าเงิน และบัตรเครดิต

Reab Roi Laew Ka / Klab
Nai Kra Bao Sa Pai Mee Passport Kra Bao Ngen Lae
Bud Credit

是的，旅行背包裡面有護照、有錢包，還有信用
卡。

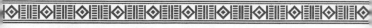

 你也可以這樣說

1

กระดาษเช็ดหน้าอยู่ในกระเป๋าสะพาย

Kra Dat Chet Nar You Nai Kra Bao Sa Pai

旅行背包裡面有面紙。

2

พาสปอร์ตอยู่ในกระเป๋าสะพาย

Passport You Nai Kra Bao Sa Pai

旅行背包裡面有護照。

3

กระเป๋าเงินอยู่ในกระเป๋าสะพาย

Kra Bao Ngen You Nai Kra Bao Sa Pai

旅行背包裡面有錢包。

4

กล้องดิจิตอลอยู่ในกระเป๋าสะพาย

Klong Digital You Nai Kra Bao Sa Pai

旅行背包裡面有數位相機。

5

หนังสือท่องเที่ยวอยู่ในกระเป๋าสะพาย

Nang Sue Tong Tiao You Nai Kra Bao Sa Pai

旅行背包裡面有旅行指南。

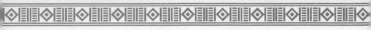

เอกสารยืนยันจากโรงแรมอยู่ในกระเป๋าสะพาย

Ek Ka Sarn Yuen Yan Jak Rong Ram You Nai Kra Bao Sa Pai

旅行背包裡面有飯店確認信函。

ตั๋วเครื่องบินอยู่ในกระเป๋าสะพาย

Tua Kreuang Bin You Nai Kra Bao Sa Pai

旅行背包裡面有機票。

Chapter 2

สนามบิน
機場

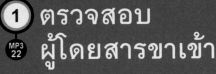

ตรวจสอบ
ผู้โดยสารขาเข้า

Truad Sob Pu Doey San Ka Kao

入國審查

導遊教你說

1

ขอพาสปอร์ตกับใบตรวจคนเข้าเมืองด้วย
คะ / ครับ

Khor Passport Kab Bai Truad Kon Kao Muang Duay
Ka / Klab

請給我護照及入境表格。

2

มาทำอะไรที่เมืองไทยคะ / ครับ ?

Ma Tam A-Rai Tee Muang Thai Ka / Klab

來泰國的目的是什麼呢？

3

มาพักผ่อนค่ะ / ครับ

Ma Phak Phon Ka / Klab

是來度假。

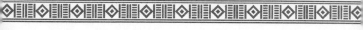

4

มาเที่ยวนานกี่วันคะ / ครับ ?

Ma Tiao Nan Kee Wan Ka / Klab

會停留多久的時間呢？

5

หนึ่งสัปดาห์ค่ะ / ครับ

Neung Sap Da Ka / Klab

一星期。

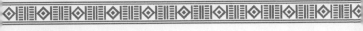

 你也可以這樣說

1

ดิฉัน / ผม มาเที่ยว

Di Chan / Phom Ma Tiao

我是來觀光。

2

ดิฉัน / ผม มาหาเพื่อน

Di Chan / Phom Ma Ha Puen

我是來找朋友。

3

ดิฉัน / ผม

มาเข้าร่วมสัมมนาทางการศึกษา

Di Chan / Phom Ma Kao Ruam Sam Ma Na Tang Karn Suek Sa

我是來參加學術研討會。

4

ดิฉัน / ผม มาเยี่ยมญาติ

Di Chan / Phom Ma Yieam Yart

我是來探望親戚。

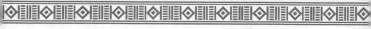

5

ดิฉัน / ผม มาศึกษาต่อ

Di Chan / Phom Ma Suek Sa Tor

我是來研讀學習。

6

ดิฉัน / ผม มาประชุม

Di Chan / Phom Ma Pra Chum

我是來商務會議。

7

ดิฉัน / ผม มาพักผ่อน

Di Chan / Phom Ma Phak Phon

我是來度假。

② รับกระเป๋าสัมภาระ

Raab Kra Bao Saam Paa Ra

領取行李

導遊教你說

1

จุดแจ้งกระเป๋าหายอยู่ที่ไหนคะ / ครับ ?

Jud Jang Kra Bao Hai You Tee Nai Ka / Klab

提領行李申訴櫃檯在哪裡呢？

2

มีอะไรคะ / ครับ ?

Mee A-Rai Ka / Klab

怎麼了嗎？

3

ดิฉัน / ผม หากระเป๋าไม่เจอค่ะ / ครับ

Di Chan / Phom Ha Kra Bao Mai Jer Ka / Klab

我沒有看到我的行李。

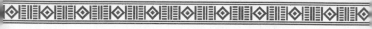

4

ขอดูใบรับกระเป๋าสัมภาระด้วยค่ะ / ครับ

Khor Doo Bai Raab Kra Bao Saam Paa Ra Duay Ka / Klab

能讓我看行李牌嗎？

5

นี่ค่ะ / ครับ

Nee Ka / Klab

好，就是這個。

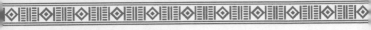

 你也可以這樣說

1

รถเข็นอยู่ตรงไหน ?

Rod Ken You Trong Nai

推車在什麼地方呢？

2

สายพานรับกระเป๋าอยู่ตรงไหน ?

Sai Pan Raab Kra Bao You Trong Nai

行李轉盤在什麼地方呢？

3

ห้องน้ำอยู่ตรงไหน ?

Hong Nam You Trong Nai

廁所在什麼地方呢？

4

แลกเปลี่ยนเงินตราต่างประเทศ

อยู่ตรงไหน ?

Lak Plien Ngen Tra Tang Pra Ted You Trong Nai

貨幣兌換處在什麼地方呢？

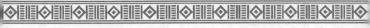

5

ตู้กดน้ำอยู่ตรงไหน ?

Too Kod Nam You Trong Nai

飲水機在什麼地方呢？

6

สินค้าปลอดภาษีอยู่ตรงไหน ?

Sin Kar Plod Pha Si You Trong Nai

免稅店在什麼地方呢？

7

จุดแจ้งกระเป๋าหายอยู่ตรงไหน ?

Jud Jang Kra Bao Hai You Trong Nai

提領行李申訴櫃檯在什麼地方呢？

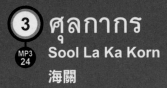

3 ศุลกากร
Sool La Ka Korn
海關

導遊教你說

1

ช่วยเปิดกระเป๋าหน่อยค่ะ / ครับ

Chuai Perd Kra Bao Noi Ka / Klab

請打開行李。

2

นี่คืออะไรคะ / ครับ ?

Nee Kue A-Rai Ka / Klab

這是什麼？

3

นั่นคือขนมไหว้พระจันทร์ค่ะ / ครับ

Nan Kue Ka Nom Wai Pra Jan Ka / Klab

那是月餅。

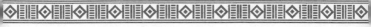

4

มีของต้องสำแดงไหมคะ / ครับ ?

Mee Klong Tong Sam Daeng Mai Ka / Klab

有沒有要申報的東西？

5

ไม่มีค่ะ / ครับ

Mai Mee Ka / Klab

沒有。

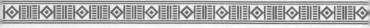

 你也可以這樣說

1

นั่นคือ ขนมไส้สับปะรด

Nan Kue Ka Nom Sai Sap Pa Rod

那是鳳梨酥。

2

นั่นคือ ชาอูหลง

Nan Kue Cha Oo Long

那是烏龍茶。

3

นั่นคือ ขนมไหว้พระจันทร์

Nan Kue Ka Nom Wai Pra Jan

那是月餅。

4

นั่นคือ ขนมปัง

Nan Kue Ka Nom Bang

那是麵包。

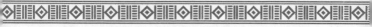

5

นั่นคือ บะหมี่กึ่งสำเร็จรูป

Nan Kue Ba Mee Keung Sam Ret Roop

那是泡麵。

6

นั่นคือ ยาจีน

Nan Kue Ya Jean

那是中藥。

7

นั่นคือ ยากระเพาะ

Nan Kue Ya Kra Pho

那是胃腸藥。

導遊教你說

1

แลกเงินไต้หวันเป็นเงินบาทได้ไหมคะ / ครับ ?

Lak Ngen Taiwan Pen Ngen Baht Dai Mai Ka / Klab

我可以把台幣換成泰銖嗎？

2

ได้ค่ะ / ครับ

Dai Ka / Klab

可以。

3

ขอแลก 500 บาท ขอเป็นแบงค์ 20 10
ใบ แบงค์ 50 4 ใบ แบงค์ 100 1 ใบ
ค่ะ / ครับ

Khor Lak Ha Roi Baht Khor Pen Bank Yee Sib Sib Bai
Bank Ha Sib See Bai Bank Neung Roi Neung Bai Ka /
Klab

我要換500泰銖，請給我20泰銖的10張及50泰銖
的4張、100泰銖1張。

4

ได้ค่ะ / ครับ กรุณารอสักครู่

Dai Ka / Klab Ka Ru Na Ror Sak Kru

好的，請稍等。

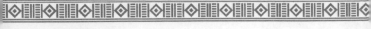

 你也可以這樣說

1

ดิฉัน / ผม ต้องการแลกเงินไต้หวันเป็น
เงินบาท

Di Chan / Phom Tong Karn Lak Ngen Taiwan Pen
Ngen Baht

我要把台幣兌換成泰銖。

2

ดิฉัน / ผม
ต้องการแลกเงินยูเอสเป็นเงินบาท

Di Chan / Phom Tong Karn Lak Ngen U.S. Pen Ngen
Baht

我要把美元兌換成泰銖。

3

ดิฉัน / ผม
ต้องการแลกเงินเยนเป็นเงินบาท

Di Chan / Phom Tong Karn Lak Ngen Yen Pen Ngen
Baht

我要把日幣兌換成泰銖。

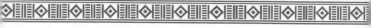

4

ดิฉัน / ผม

ต้องการแลกเงินยูโรเป็นเงินบาท

Di Chan / Phom Tong Karn Lak Ngen Euro Pen Ngen Baht

我要把歐元兌換成泰銖。

5

ดิฉัน / ผม ต้องการแลกเงินออสเตรเลีย เป็นเงินบาท

Di Chan / Phom Tong Karn Lak Ngen Australia Pen Ngen Baht

我要把澳幣兌換成泰銖。

6

ดิฉัน / ผม

ต้องการแลกเงินจีนเป็นเงินบาท

Di Chan / Phom Tong Karn Lak Ngen Jean Pen Ngen Baht

我要把人民幣兌換成泰銖。

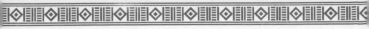

7

ดิฉัน / ผม

ต้องการแลกเงินฮ่องกงเป็นเงินบาท

Di Chan / Phom Tong Karn Lak Ngen Hong Kong Pen
Ngen Baht

我要把港幣兌換成泰銖。

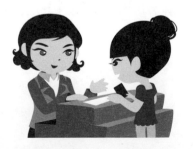

Chapter 3

การเดินทาง
交通

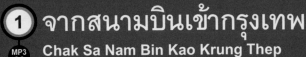

導遊教你說

1

ขอโทษนะคะ / ครับ

Kho Thot Na Ka / Klab

對不起。

2

ค่ะ / ครับ

Ka / Klab

是。

3

ขึ้นแอร์พอร์ตลิงค์ได้ที่ไหนคะ / ครับ ?

Khuen Airport-(Rail)-Link Dai Tee Nai Ka / Klab

機場快線要在哪裡搭乘？

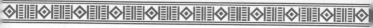

4

เดินตรงไปแล้วลงลิฟต์ไปที่ชั้น B1
ก็จะเห็นค่ะ / ครับ

Den Trong Bai Laew Long Lift Bai Tee Chan B1 Kor Ja
Hen Ka / Klab

請直走，然後搭電梯下到B1層就看到了。

5

ขอบคุณค่ะ / ครับ

Khob Khun Ka / Klab

謝謝。

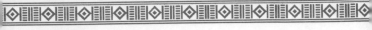

 你也可以這樣說

1
ขึ้น แอร์พอร์ตลิงค์ ได้ที่ไหน ?

Khuen Airport-(Rail)-Link Dai-Tee-Nai

機場快線要在哪裡搭乘呢？

2
ขึ้น แท็กซี่ ได้ที่ไหน ?

Khuen Taxi Dai-Tee-Nai

計程車要在哪裡搭乘呢？

3
ขึ้น แอร์พอร์ตบัส ได้ที่ไหน ?

Khuen Airport Bus Dai-Tee-Nai

機場巴士要在哪裡搭乘呢？

4
ขึ้น ลีมูซีน ได้ที่ไหน ?

Khuen Limousine Dai-Tee-Nai

出租車要在哪裡搭乘呢？

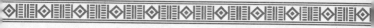

5

ขึ้น รถไฟฟ้าบีทีเอส ได้ที่ไหน ?

Khuen Rot Fai Fah BTS Dai-Tee-Nai

空鐵要在哪裡搭乘呢？

6

ขึ้น รถไฟฟ้าเอ็มอาร์ที ได้ที่ไหน ?

Khuen Rot Fai Fah MRT Dai-Tee-Nai

地鐵要在哪裡搭乘呢？

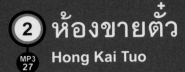

導遊教你說

1

ขอซื้อตั๋วใบละ 200 บาท 1 ใบค่ะ / ครับ

Khor Sue Tuo Bai La Song Roi Baht Neung Bai Ka / Klab

請給我1張200泰銖的儲值卡。

2

ใช่ตั๋วใบละ 200 บาทไหมคะ / ครับ ?

Chai Tuo Bai La Song Roi Baht Mai Ka / Klab

是200泰銖的儲值卡嗎？

3

ใช่ค่ะ / ครับ

Chai Ka / Klab

是的。

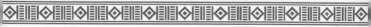

4

นี่ค่ะ / ครับ ตั๋ว เงินทอน 800 บาทค่ะ /
ครับ

Nee Ka / Klab Tuo Ngen Torn Pad Roi Baht Ka / Klab

好的，這是你要的票，還有找的800泰銖。

5

ขอบคุณค่ะ / ครับ

Khob Khun Ka / Klab

謝謝。

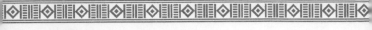

 你也可以這樣說

1

ขอซื้อ ตั๋วเที่ยวเดียว 2 ใบ ใบละ 25 บาท

Khor Sue Tuo Tiao Diao Song Bai Bai La Yee Sib Ha Baht

請給我2張25泰銖單程票。

2

ขอซื้อ ตั๋วโดยสารเที่ยวเดียว 2 ใบ

Khor Sue Tuo Doi San Tiao Diao Song Bai

請給我2張空鐵單次票（Single Journey Ticket, BTS）。

3

ขอซื้อ บัตรโดยสารประเภท 1 วัน 2 ใบ

Khor Sue Bud Doi San Pra Pet Neung Wan Song Bai

請給我2張一日票（One-Day Pass, BTS）。

4

ขอซื้อ บัตรโดยสารสมาร์ทพาสประเภท 30 วัน 2 ใบ

Khor Sue Bud Doi San Smart Pass Pra Pet Sam Sib Wan Song Bai

請給我2張30日票（30-Day Smartpass, BTS）。

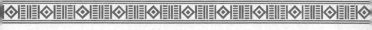

5

ขอซื้อ เหรียญโดยสารสำหรับเดินทางเที่ยวเดียว 2 ใบ

Khor Sue Lian Doi San Sam Rap Dern Tang Tiao Diao Song Bai

請給我2張地鐵單次票（Single Journey Token, MRT）。

6

ขอซื้อ บัตรเติมเงิน 2 ใบ

Khor Sue Bud Term Ngen Song Bai

請給我2張MRT儲值卡（Stored Value Card, MRT）。

7

ขอซื้อ บัตรโดยสาร 3 วัน 2 ใบ

Khor Sue Bud Doi San Sam Wan Song Bai

請給我2張三日券（3-Day Pass, MRT）。

3 รถโดยสารประจำทาง

Rod Doi San Pra Jam Thang

巴士公車

導遊教你說

1

ป้ายถัดไปคือที่ไหนคะ / ครับ

Bai Tad Bai Kue Tee Nai Ka / Klab

下一站是哪裡呢？

2

ศูนย์การค้าเซ็นทรัลเวิลด์ ค่ะ / ครับ

Soon Karn Kar Central World Ka / Klab

是Central World購物中心。

3

ผ่านสถานีสยามแล้วหรือยังคะ / ครับ ?

Pan Sa Ta Nee Siam Laew Rue Yang Ka / Klab

暹邏站過了嗎？

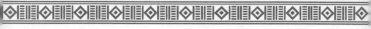

4

ผ่านแล้วค่ะ / ครับ

Pan Laew Ka / Klab

已經過了。

5

งั้นดิฉัน / ผม ลงที่นี่ ค่ะ / ครับ

Ngan Di Chan / Phom Long Tee Nee Ka / Klab

那，我就在這裡下車。

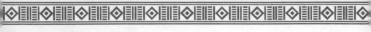

 你也可以這樣說

1

ลง ป้ายถัดไป

Long Bai Tad Bai

請在下一站下車。

2

ลง ป้ายที่สอง

Long Bai Tee Song

請在第二站下車。

3

ลง ที่นี่

Long Tee Nee

請在這裡下車。

4

ลง หน้าสถานีบีทีเอส

Long Nar Sa Ta Nee BTS

請在空鐵站前面（BTS）下車。

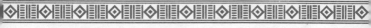

5

ลง หน้าสถานีเอ็มอาร์ที

Long Nar Sa Ta Nee MRT

請在地鐵站前面（MRT）下車。

6

ลง ตรงนั้น

Long Trong Nan

請在那裡下車。

7

ลง หน้าห้างสรรพสินค้า

Long Nar Harng Saap Pra Sin Kar

請在百貨公司前下車。

導遊教你說

1

ไปโรงแรมโนโวเทลค่ะ / ครับ

Bai Rong Ram Novotel Ka / Klab

請到諾富特（Novotel）飯店。

2

ค่ะ / ครับ

Ka / Klab

好的，知道了。

3

ด้านขวาคืออะไรคะ / ครับ ?

Dan Kwa Kue A-Rai Ka / Klab

右邊的（建築物）是什麼呢？

— 108 —

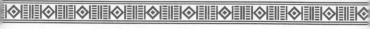

4

อนุสาวรีย์ชัยสมรภูมิค่ะ / ครับ

A-Nu-Sao-Wa-Ree-Chai-Sa-Morn-Ra-Phum Ka / Klab

是勝利紀念碑（**Victory Monument**）。

5

ดิฉัน / ผม ลงที่นี่ค่ะ / ครับ

Di Chan / Phom Long Tee Nee Ka / Klab

那我要在這裡下車。

你也可以這樣說

1
ถึง สถานีพร้อมพงศ์

Teung Sa Ta Nee Phrom Phong

請到澎蓬站。

2
ถึง สยามสแควร์

Teung Siam Square

請到暹邏廣場。

3
ถึง ตลาดน้ำ

Teung Ta Lad Nam

請到水門市場。

4
ถึง สยามนิรมิต

Teung Siam Niramit

請到暹邏夢幻劇場。

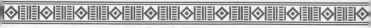

5

ถึง พระที่นั่งวิมานเมฆ

Teung Phra Tee Nang Wimanmek

請到金柚木宮

（Wimanmek Golden Teak Mansion）。

6

ถึง พระที่นั่งอนันตสมาคม

Teung Phra Tee Nang Ananta Samakhom

請到阿南達沙瑪空皇家御會館

（Ananta Samakhom Throne Hall）。

7

ถึง สถานีหมอชิต

Teung Sa Ta Nee Mor Chid

請到巴士北站。

⑤ รถตุ๊กตุ๊ก และ มอเตอร์ไซค์

MP3 30

Rod Tuk Tuk Lae MotorCycle
都都車及摩托車

導遊教你說

1

ไปโรงแรมไอบีส สาธร เท่าไร คะ / ครับ ?

Bai Rong Ram Ibis Sathorn Tao Rai Ka / Klab

我要到薩通艾畢思（Sathorn Ibis）飯店。

2

50 บาท ค่ะ / ครับ

Ha Sib Baht Ka / Klab

那要50泰銖。

3

30 บาทได้ไหม คะ / ครับ?

Sam Sib Baht Dai Mai Ka / Klab

30泰銖可以嗎？

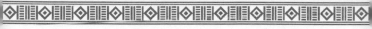

4

ได้ ค่ะ / ครับ

Dai Ka / Klab

好吧。

5

ช่วยขับช้าช้านะคะ / ครับ ไม่ต้องรีบ

Chuai Kab Cha Cha Na Ka / Klab Mai Tong Reeb

好的，就請你慢慢開，不要急。

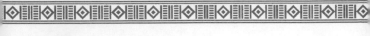

 你也可以這樣說

1
ไป เอเชียทีค เท่าไร ?

Bai Asiatique Tao Rai

到Asia Tique夜市要多少錢？

2
ไป บีทีเอส สีลม เท่าไร ?

Bai BTS Silom Tao Rai

到席隆站要多少錢？

3
ไป สุขุมวิท ซอย 24 เท่าไร ?

Bai Sukhumvit Soi Yee Sib See Tao Rai

到蘇坤蔚24巷要多少錢？

4
ไป ถนนเยาวราช เท่าไร ?

Bai Ta Non Yao Wa Rat Tao Rai

到華人街要多少錢？

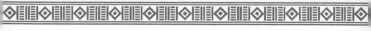

5

ไป ถนนข้าวสาร เท่าไร ?

Bai Ta Non Khao San Tao Rai

到考山路要多少錢？

6

ไป มาบุญครอง เท่าไร ?

Bai Ma Boon Krong Tao Rai

到瑪玟空要多少錢？

7

ไป จตุจักร เท่าไร ?

Bai Cha Tu Chak Tao Rai

到乍都乍週末市場要多少錢？

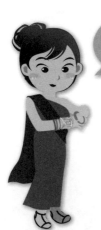

ขอเมนูด้วยค่ะ
Khor Menu Duay Ka
請給我菜單。

Chapter 4

ที่พัก

住宿

① เช็คอินที่พัก

MP3 31

Check in Tee Pak

辦理住宿

 導遊教你說

1

ดิฉัน / ผม ต้องการเช็คอินค่ะ / ครับ

Di Chan / Phom Tong Karn Check In Ka / Klab

我要辦理住宿。

2

ไม่ทราบว่า จองมาด้วยชื่ออะไร คะ /
ครับ?

Mai Saap Wa Jong Ma Duay Chue A-Rai Ka / Klab

請問，你訂房用的名字是？

3

หลี่กวงค่ะ / ครับ จากไต้หวัน

Lee Guang Ka / Klab Jak Taiwan

我用的名字是李光，來自台灣。

4

กรุณารอสักครู่นะคะ / ครับ

Ka-Ru-Na Ror Sak Kru Na Ka / Klab

請稍等一下。

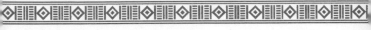

 你也可以這樣說

1

ผมมาจากไต้หวัน ผมชื่อหลี่กวง

Phom Ma Jak Taiwan Phom Chue Lee Guang

我來自台灣，我的名字是李光。

2

ผมมาจากไต้หวัน ผมชื่อหวังอู่

Phom Ma Jak Taiwan Phom Chue Wang wu

我來自台灣，我的名字是王五。

3

ผมมาจากไต้หวัน ผมชื่อฮวงจิ้น

Phom Ma Jak Taiwan Phom Chue Huang Jin

我來自台灣，我的名字是黃進。

4

ผมมาจากไต้หวัน ผมชื่อหลินจง

Phom Ma Jak Taiwan Phom Chue Lin Zhong

我來自台灣，我的名字是林中。

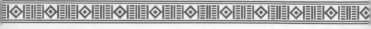

5

ผมมาจากไต้หวัน ผมชื่อหวู่ต้า

Phom Ma Jak Taiwan Phom Chue Wu Da

我來自台灣，我的名字是吳大。

6

ผมมาจากไต้หวัน ผมชื่อเหย่หลิว

Phom Ma Jak Taiwan Phom Chue Yeh Liu

我來自台灣，我的名字是葉六。

7

ผมมาจากไต้หวัน ผมชื่อจางซาน

Phom Ma Jak Taiwan Phom Chue Chang San

我來自台灣，我的名字是張三。

② เคาน์เตอร์

MP3 32

Counter

櫃檯

 導遊教你說

1

ดิฉัน / ผม ขอห้องที่ต้องการได้ไหม
คะ / ครับ ?

Di Chan / Phom Khor Hong Tee Tong Karn Dai Mai
Ka / Klab

我可以要求想要的房間嗎？

2

ได้ค่ะ / ครับ

Dai Ka / Klab

可以。

3

ดิฉัน / ผม ขอห้องหันหน้าเข้าทะเล
นะ คะ / ครับ

Di Chan / Phom Khor Hong Han Nar Kao Ta-lay
Na Ka / Klab

請給我看得到海的房間。

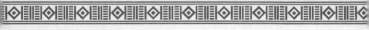

ได้ค่ะ / ครับ

Dai Ka / Klab

好的。

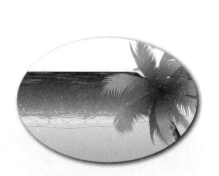

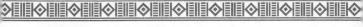

 你也可以這樣說

1

ดิฉัน / ผม ขอ ห้องไม่สูบบุหรี่

Di Chan / Phom Khor Hong Mai Soob Buri

請給我不吸菸的房間。

2

ดิฉัน / ผม ขอ ห้องที่เห็นวิว

Di Chan / Phom Khor Hong Tee Hen View

請給我風景好的房間。

3

ดิฉัน / ผม ขอ ห้องสำหรับครอบครัว

Di Chan / Phom Khor Hong Sam Rab Krob Krua

請給我家庭式的房間。

4

ดิฉัน / ผม ขอ ห้องที่เงียบ

Di Chan / Phom Khor Hong Tee Ngiap

請給我安靜的房間。

5

ดิฉัน / ผม ขอ ห้องที่หันหน้าเข้าทะเล

Di Chan / Phom Khor Hong Tee Han Nar Kao Ta-Lay

請給我面向海的房間。

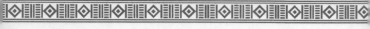

6

ดิฉัน / ผม ขอ ห้องที่อยู่ชั้นสูง

Di Chan / Phom Khor Hong Tee Yu Chan Sung

請給我高樓層的房間。

7

ดิฉัน / ผม ขอ ห้องที่แดดส่อง

Di Chan / Phom Khor Hong Tee Dad Song

請給我採光好的房間。

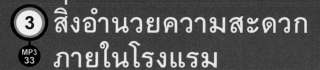

3 สิ่งอำนวยความสะดวก
ภายในโรงแรม

Sing Am Nuay Kuam Sa Duak Pai Nai Rong Ram

飯店內的設施

導遊教你說

1

ขอโทษนะคะ / ครับ ไม่ทราบว่าฟิตเนส
เซ็นเตอร์อยู่ชั้นไหนคะ / ครับ ?

Khor Tod Na Ka / Klab Mai Sarb Wa Fitness Center
You Chan Nai Ka / Klab

對不起,健身房在哪一樓呢?

2

อยู่ชั้น 12 ค่ะ / ครับ

You Chan Sib Song Ka / Klab

是在12樓。

3

เปิด / ปิด กี่โมงคะ / ครับ ?

Perd / Pid Kee Mong Ka / Klab

使用時間是什麼時候呢?

4

เปิด 10 โมงเช้า ปิด 4 ทุ่ม ค่ะ/ ครับ

Perd Sib Mong Chao Pid See Tum Ka / Klab

是早上10點到晚上10點鐘。

5

ขอบคุณค่ะ / ครับ

Khob Khun Ka / Klab

好的，謝謝你。

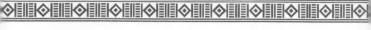

 你也可以這樣說

1

ห้องอาหารอยู่ที่ไหน ?

Hong A-Harn You Tee Nai

餐廳是在哪一樓?

2

สระว่ายน้ำอยู่ที่ไหน ?

Sar Wai Nam You Tee Nai

游泳池是在哪一樓?

3

ฟิตเนส เซ็นเตอร์อยู่ที่ไหน ?

Fitness Center You Tee Nai

健身房是在哪一樓?

4

บิสสิเนส เซ็นเตอร์อยู่ที่ไหน ?

Business Center You Tee Nai

商務中心是在哪一樓?

5

ห้องประชุมอยู่ที่ไหน ?

Hong Pra Chum You Tee Nai

會議室是在哪一樓?

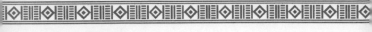

6

ห้องจัดเลี้ยงอยู่ที่ไหน ?

Hong Chad Liang You Tee Nai

宴會廳是在哪一樓？

7

ห้องอาหารจีนอยู่ที่ไหน ?

Hong A-Harn Jean You Tee Nai

中餐廳是在哪一樓？

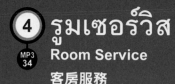

④ รูมเซอร์วิส
Room Service
客房服務

導遊教你說

1

รบกวนพรุ่งนี้ขอมอร์นิ่งคอล 7 โมง
นะคะ / ครับ

Rob Guan Prung Nee Khor Morning Call Jet Mong Na
Ka / Klab

請設7點鐘叫醒服務。

2

ได้ค่ะ / ครับ มอร์นิ่งคอล 7 โมง

Dai Ka / Klab Morning Call Jet Mong

知道了，是明天早上7點鐘吧。

3

รบกวนช่วยดูแอร์ในห้องพักให้ด้วยนะ
คะ / ครับ

Rob Guan Chuai Doo Air Nai Hong Pak Hai Duai Na
Ka / Klab

還有，麻煩你到房間查看空調。

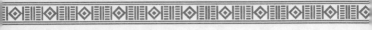

4

ได้ค่ะ / ครับ กรุณารอสักครู่

Dai Ka / Klab Ka-Ru-Na Ror Sak Kru

好的，請稍等。

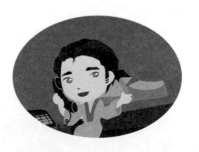

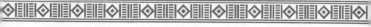

 你也可以這樣說

1

ดิฉัน / ผม ขอบริการมอร์นิ่งคอลด้วย

คะ / ครับ

Di Chan / Phom Khor Bor Ri Karn Morning Call Duay
Ka / Klab

我需要叫醒服務……。

2

ดิฉัน / ผม

ขอทำความสะอาดห้องพักด้วยคะ / ครับ

Di Chan / Phom Khor Tam Kwam Sa-Ard Hong Pak
Duay Ka / Klab

我需要清潔房間……。

3

ดิฉัน / ผม ขอน้ำแข็งด้วยคะ / ครับ

Di Chan / Phom Khor Nam Kang Duay Ka / Klab

我需要冰塊……。

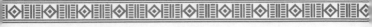

4

ดิฉัน / ผม ขอเปลี่ยนผ้าปูที่นอนด้วย

คะ / ครับ

Di Chan / Phom Khor Plian Par Poo Tee Norn Duay
Ka / Klab

我需要更換床單……。

5

ดิฉัน / ผม ขอบริการซักรีดด้วยคะ / ครับ

Di Chan / Phom Khor Bor Ri Karn Sak Reed Duay Ka /
Klab

我需要送洗衣服服務……。

6

ดิฉัน / ผม ขอคอนเซียชด้วยคะ / ครับ

Di Chan / Phom Khor Concierge Duay Ka / Klab

我需要行李拖送……。

7

ดิฉัน / ผม

ขอบริการอาหารในห้องพักด้วยคะ / ครับ

Di Chan / Phom Khor Bor Ri Karn A-Harn Nai Hong
Pak Duay Ka / Klab

我需要送餐服務（**Room Service**）……。

อาหาร
用餐

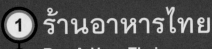

ร้านอาหารไทย

Ran A-Harn Thai

泰式餐廳

導遊教你說

1

ขอเมนูด้วยค่ะ / ครับ

Khor Menu Duay Ka / Klab

請給我菜單。

2

รอสักครู่ นะคะ / ครับ

Ror Sak Kru Na Ka / Klab

請等一下。

3

มีอาหารแนะนำไหม คะ / ครับ ?

Mee A-Harn Nae Nam Mai Ka / Klab

有特別推薦的嗎?

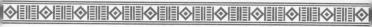

4

มีค่ะ / ครับ ปอเปี๊ยะทอด

Mee Ka / Klab Po Pia Thod

是炸春捲。

5

ขอปอเปี๊ยะทอด ที่หนึ่ง ค่ะ / ครับ

Khor Po Piad Thod Tee Neung Ka / Klab

好的，那請給我1份炸春捲。

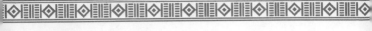

 你也可以這樣說

1
ดิฉัน / ผม ขอส้มตำ 1 ที่ คะ / ครับ

Di Chan / Phom Khor Som Tam Neung Tee Ka / Klab

我要1份涼拌木瓜絲。

2
ดิฉัน / ผม ขอแกงมัสมั่นไก่ 1 ที่ คะ / ครับ

Di Chan / Phom Khor Kang Mas-Sa-Man Kai Neung Tee Ka / Klab

我要1份黃咖哩雞。

3
ดิฉัน / ผม ขอปอเปี๊ยะทอด 1 ที่ คะ / ครับ

Di Chan / Phom Khor Po Pia Thod Neung Tee Ka / Klab

我要1份炸春捲。

4
ดิฉัน / ผม ขอผัดผักรวมมิตร 1 ที่ คะ / ครับ

Di Chan / Phom Khor Phat Phak Ruam Mit Neung Tee Ka / Klab

我要1份炒什錦蔬菜。

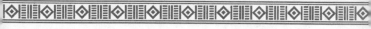

5

ดิฉัน / ผม ขอผัดไทย 1 ที่ คะ / ครับ

Di Chan / Phom Khor Pad Thai Neung Tee Ka / Klab

我要1份泰式炒麵。

6

ดิฉัน / ผม ขอทอดมันปลา 1 ที่ คะ / ครับ

Di Chan / Phom Khor Thot Man Pla Neung Tee Ka / Klab

我要1份泰式咖哩魚餅。

7

ดิฉัน / ผม ขอต้มยำกุ้ง 1 ที่ คะ / ครับ

Di Chan / Phom Khor Tom Yam Kung Neung Tee Ka / Klab

我要1份泰式酸辣蝦湯。

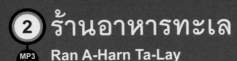

導遊教你說

1

ปลาหมึกสดไหมคะ / ครับ ?

Pla Muk Sod Mai Ka / Klab

這些小卷新鮮嗎？

2

สดมากค่ะ / ครับ
เพิ่งจับมาวันนี้ค่ะ / ครับ

Sod Mak Ka / Klab
Pueng Jab Ma Wan Nee Ka / Klab

是的，很新鮮，是今天剛剛到貨的。

3

เอามาทำอะไรดีคะ / ครับ ?

Ao Ma Tam A-Rai Dee Ka / Klab

怎麼做好吃呢？

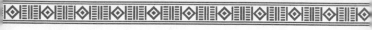

4

นึ่งมะนาว อร่อยมากค่ะ / ครับ

Nueng Ma-Nao A-Roi Mak Ka / Klab

清蒸檸檬最好吃了。

5

เอา 2 ตัวค่ะ / ครับ

Ao Song Tua Ka / Klab

好的，就選這2隻吧。

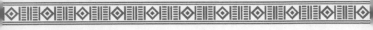

 你也可以這樣說

1

ปลาเก๋ากิโลละเท่าไรคะ / ครับ ?

Pla Kao Ki Lo Lar Tao Rai Ka / Klab

這種石斑魚1公斤要多少錢？

2

หอยแคลงกิโลละเท่าไรคะ / ครับ ?

Hoi Kraeng Ki Lo Lar Tao Rai Ka / Klab

這種血蚶蛤蜊1公斤要多少錢？

3

หอยแมลงภู่กิโลละเท่าไรคะ / ครับ ?

Hoi Ma Laeng Phu Ki Lo Lar Tao Rai Ka / Klab

這種淡菜蛤蜊1公斤要多少錢？

4

กุ้งแม่น้ำกิโลละเท่าไรคะ / ครับ ?

Kung Mae Nam Ki Lo Lar Tao Rai Ka / Klab

這種泰國蝦子1公斤要多少錢？

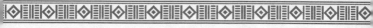

5

กุ้งมังกรกิโลละเท่าไรคะ / ครับ ?

Kung Mang Korn Ki Lo Lar Tao Rai Ka / Klab

這種龍蝦1公斤要多少錢？

6

ปลากระพงกิโลละเท่าไรคะ / ครับ ?

Pla Kra Pong Ki Lo Lar Tao Rai Ka / Klab

這種鱸魚1公斤要多少錢？

7

ปูกิโลละเท่าไรคะ / ครับ ?

Poo Ki Lo Lar Tao Rai Ka / Klab

這種螃蟹1公斤要多少錢？

導遊教你說

1

ไม่ทราบจะสั่งอะไรดีคะ / ครับ ?

Mai Saap Ja Sang A-Rai Dee Ka / Klab

決定要點餐了嗎？

2

บะหมี่น้ำหมูแดงพิเศษค่ะ / ครับ ?

Ba Mee Nam Moo Daeng Pi Set Ka / Klab

雞蛋麵湯要多加1份叉燒肉，可以嗎？

3

พิเศษ 40 บาทนะคะ / ครับ

Pi Set See Sib Baht Na Ka / Klab

可以，但是要40泰銖。

4

ได้ค่ะ / ครับ

Dai Ka / Klab

好的。

— 142 —

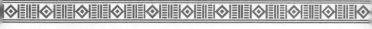

 你也可以這樣說

1

ดิฉัน / ผม ขอผัดซีอิ๊ว 1 ที่ ค่ะ / ครับ

Di Chan / Phom Khor Pad See Ew Neung Tee Ka / Klab

我要1份炒粿條。

2

ดิฉัน / ผม ขอเส้นหมี่น้ำ 1 ที่ ค่ะ / ครับ

Di Chan / Phom Khor Sen Mee Nam Neung Tee Ka / Klab

我要1份米粉湯。

3

ดิฉัน / ผม ขอบะหมี่น้ำหมูแดง 1 ที่ ค่ะ / ครับ

Di Chan / Phom Khor Ba Mee Nam Moo Daeng Neung Tee Ka / Klab

我要1份雞蛋麵湯加叉燒肉。

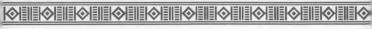

4

ดิฉัน / ผม ขอก๋วยเตี๋ยวราดหน้า 1 ที่ ค่ะ / ครับ

Di Chan / Phom Khor Kuay Teaw Rad Na Neung Tee Ka / Klab

我要1份炒粿條羹。

5

ดิฉัน / ผม ขอสุกี้น้ำ 1 ที่ ค่ะ / ครับ

Di Chan / Phom Khor Su Ki Nam Neung Tee Ka / Klab

我要1份冬粉湯。

6

ดิฉัน / ผม ขอเส้นเล็กน้ำ 1 ที่ ค่ะ / ครับ

Di Chan / Phom Khor Sen Lek Nam Neung Tee Ka / Klab

我要1份細粿條湯。

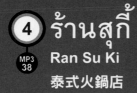

④ ร้านสุกี้
Ran Su Ki
泰式火鍋店

MP3
38

導遊教你說

1

เรามากัน 3 คน เห็ดเข็มทอง 1
ชุดพอไหมคะ / ครับ ?

Rao Ma Kan Sam Kon Hed Kem Thong Neung Chud
Por Mai Ka / Klab

我們3個人，金針菇1份夠嗎？

2

สั่ง 2 ชุดก่อน
ไม่พอแล้วค่อยสั่งเพิ่มก็ได้ค่ะ / ครับ

Sang Song Chud Kon Mai Por Laew Koi Sang Perm
Kor Dai Ka / Klab

可以先來2份，不夠再增加吧。

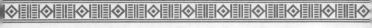

3

ได้ค่ะ / ครับ งั้นขอผักกาดขาว 3 ชุด
กับผักบุ้ง 2 ชุดด้วยนะคะ / ครับ

Dai Ka / Klab Ngan Khor Pak Kad Khao Sam Chud
Kab Pak Boong Song Chud Duay Na Ka / Klab

好的，還要點3份大白菜、2份空心菜。

4

สั่งเป็นชุดผักรวมจะได้ลองผักหลายชนิด
ดีไหมคะ / ครับ

Sang Ben Chud Pa Ruam Ja Dai Long Pak Lai Cha
Nid Dee Mai Ka / Klab

你可以點綜合的蔬菜，就可以多品嚐幾種蔬菜
喔。

你也可以這樣說

1

ใส่เนื้อปลาสด ลงไปในหม้อก่อน

Sai Nuea Pla Sod Long Pai Nai Mor Kon

請將魚片先放進鍋裡。

2

ใส่เนื้อหมู ลงไปในหม้อก่อน

Sai Nuea Moo Long Pai Nai Mor Kon

請將豬肉先放進鍋裡。

3

ใส่ปลาหมึก ลงไปในหม้อก่อน

Sai Pla Muk Long Pai Nai Mor Kon

請將魷魚先放進鍋裡。

4

ใส่เห็ดหอม ลงไปในหม้อก่อน

Sai Hed Hom Long Pai Nai Mor Kon

請將香菇先放進鍋裡。

5

ใส่ข้าวโพด ลงไปในหม้อก่อน

Sai Khao Pod Long Pai Nai Mor Kon

請將玉米先放進鍋裡。

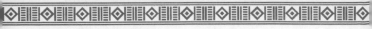

6

ใส่ผักกาดขาว ลงไปในหม้อก่อน

Sai Pak Kad Khao Long Pai Nai Mor Kon

請將大白菜先放進鍋裡。

7

ใส่เนื้อวัว ลงไปในหม้อก่อน

Sai Nuea Vua Long Pai Nai Mor Kon

請將牛肉先放進鍋裡。

— 148 —

導遊教你說

1

ไม่ทราบจะสั่งอะไรคะ / ครับ ?

Mai Saap Ja Sang A-Rai Ka / Klab

請問要點什麼？

2

ดิฉัน / ผม ขอชุดดับเบิ้ลบิ๊กแมค

1 ชุดค่ะ / ครับ

Di Chan / Phom Khor Chud Double Big Mac Neung
Chud Ka / Klab

我要1份雙層大麥克堡套餐。

3

ต้องการเครื่องดื่มอะไรคะ / ครับ ?

Tong Karn Kreng Duem A-Rai Ka / Klab

要選什麼飲料呢？

— 149 —

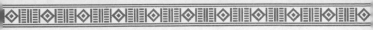

ขอโค้กค่ะ / ครับ

Khor Coke Ka / Klab

請給我可樂。

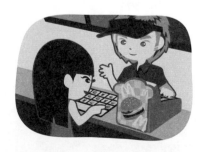

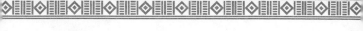

 你也可以這樣說

1

ดิฉัน / ผม ขอ ชีสเบอร์เกอร์ 1 ที่ ค่ะ / ครับ

Di Chan / Phom Khor Cheese Burger Neung Tee Ka / Klab

我要1份吉士漢堡。

2

ดิฉัน / ผม ขอ เทอริยากิ ชิกเก้น 1 ที่ ค่ะ / ครับ

Di Chan / Phom Khor Teriyaki Chicken Neung Tee Ka / Klab

我要1份烤雞堡。

3

ดิฉัน / ผม ขอบิกแมค 1 ที่ ค่ะ / ครับ

Di Chan / Phom Khor Big Mac Neung Ka / Klab

我要1份大麥克堡。

4

ดิฉัน / ผม ขอแมคฟิช 1 ที่ ค่ะ / ครับ

Di Chan / Phom Khor McFish Neung Tee Ka / Klab

我要1份魚堡。

5

ดิฉัน / ผม ขอไก่ทอด 1 ที่ ค่ะ / ครับ

Di Chan / Phom Khor Kai Tod Neung Tee Ka / Klab

我要1份炸雞。

6

ดิฉัน / ผม ขอสลัดผัก 1 ที่ ค่ะ / ครับ

Di Chan / Phom Khor Salad Pak Neung Tee Ka / Klab

我要1份生菜沙拉。

7

ดิฉัน / ผม ขอเฟรนซ์ฟรายส์ 1 ที่
ค่ะ / ครับ

Di Chan / Phom Khor French Fries Neung Tee
Ka / Klab

我要1份薯條。

導遊教你說

1

วันนี้สัปปะรดหวานไหมคะ / ครับ ?

Wan Nee Saap Pa Rod Wan Mai Ka / Klab

今天的鳳梨甜嗎？

2

หวานมากค่ะ / ครับ

Wan Mak Ka / Klab

很甜。

3

ช่วยเลือกให้ 1 ลูกได้ไหมคะ / ครับ ?

Chuai Leuak Hai Neung Luk Dai Mai Ka / Klab

那麼請幫我選1顆好嗎？

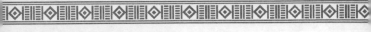

4

ได้ค่ะ / ครับ

จะเลือกลูกที่หวานที่สุดให้เลยค่ะ / ครับ

Dai Ka / Klab

Ja Leuak Luk Tee Wan Tee Sud Hai Loei Ka / Klab

好的，我選1顆最甜的給你。

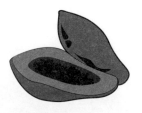

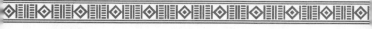

 你也可以這樣說

1

ดิฉัน / ผม เอามะละกอลูกนี้ค่ะ / ครับ

Di Chan / Phom Ao Ma La Ko Luk Nee Ka / Klab

我要這一顆木瓜。

2

ดิฉัน / ผม เอาทุเรียนลูกนี้ค่ะ / ครับ

Di Chan / Phom Ao Durian Luk Nee Ka / Klab

我要這一顆榴槤。

3

ดิฉัน / ผม เอาฝรั่งลูกนี้ค่ะ / ครับ

Di Chan / Phom Ao Fa Rang Luk Nee Ka / Klab

我要這一顆芭樂。

4

ดิฉัน / ผม เอาแตงโมลูกนี้ค่ะ / ครับ

Di Chan / Phom Ao Tang Mo Luk Nee Ka / Klab

我要這一顆西瓜。

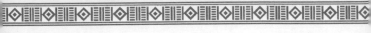

5

ดิฉัน / ผม เอาส้มโอลูกนค่ะ / ครับ

Di Chan / Phom Ao Som Oo Luk Nee Ka / Klab

我要這一顆柚子。

6

ดิฉัน / ผม เอามะม่วงลูกนี้ค่ะ / ครับ

Di Chan / Phom Ao Ma Muang Luk Nee Ka / Klab

我要這一顆芒果。

7

ดิฉัน / ผม เอามะพร้าวลูกนี้ค่ะ / ครับ

Di Chan / Phom Ao Ma Prao Luk Nee Ka / Klab

我要這一顆椰子。

Chapter 6

สถานที่ท่องเที่ยว
觀光

導遊教你說

1

เข้าไปข้างในต้องถอดรองเท้าก่อนไหมคะ /
ครับ ?

Kao Pai Karng Nai Tong Tod Long Tao Korn Mai Ka /
Klab

進去裡面要脫鞋子嗎？

2

ต้องค่ะ / ครับ

Tong Ka / Klab

是的。

3

ค่ะ / ครับ รองเท้าที่ถอดไว้ให้วางไว้ที่
ไหนคะ / ครับ ?

Ka / Klab Long Tao Tee Tod Wai Hai Wang Wai Tee
Nai Ka / Klab

好的，脫下的鞋子要放在哪裡？

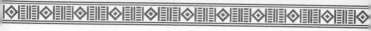

4

เอารองเท้าที่ถอดไว้วางไว้ที่ตู้เก็บรองเท้า
ค่ะ / ครับ

Ao Long Tao Tee Tod Wai Wang Wai Tee Too Kep
Long Tao Ka / Klab

請將脫下的鞋子放在這個櫃子裡。

5

ค่ะ / ครับ ขอบคุณค่ะ / ครับ

Ka / Klab Khob Khun Ka / Klab

好的，謝謝你。

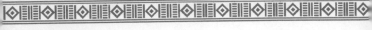

你也可以這樣說

1

ห้ามใส่กระโปรงสั้น

Ham Sai Kra Pong San

不可以穿短裙。

2

ห้ามส่งเสียงเอะอะ

Ham Song Sieng Ae-Aa

不可以大聲喧嘩。

3

ห้ามรับประทานอาหาร

Ham Rub Pra Tan A-Harn

不可以吃東西。

4

ห้ามถ่ายรูป

Ham Tai Roob

不可以拍照。

5

ห้ามเข้าไปข้างใน

Ham Kao Pai Krang Nai

不可以進去裡面。

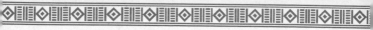

6

ห้ามหักกิ่งไม้

Ham Huk King Mai

不可以攀折樹木。

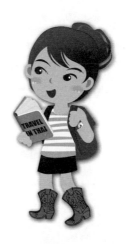

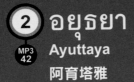

อยุธยา

2

MP3 42

Ayuttaya

阿育塔雅

導遊教你說

1

ไม่ทราบว่า ตั๋วราคาเท่าไรคะ / ครับ ?

Mai Saap Wa Tua Ra Ka Tao Rai Ka / Klab

請問門票要多少錢？

2

ผู้ใหญ่ 30 บาท ค่ะ / ครับ

Pu Yai Sam Sib Baht Ka / Klab

成人30泰銖。

3

ขอโทษค่ะ / ครับ
ช่วยพูดอีกครั้งได้ไหมคะ / ครับ ?

Khor Tod Ka / Klab
Chuai Puud Eek Klang Dai Mai Ka / Klab

對不起，請再說一次，好嗎？

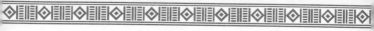

4

อ๋อ คุณเป็นชาวต่างชาติ
นี่เอกสารชุดภาษาอังกฤษค่ะ / ครับ

Oo Khun Ben Chao Dang Chat Ni Ek Ka San Chud Pa
Sa Ang Krit Ka / Klab

啊，您是外國人啊。這裡有英文的説明書。

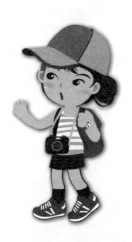

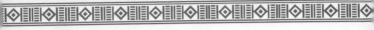

 你也可以這樣說

1

ช่วยถ่ายรูปให้หน่อยได้ไหมคะ / ครับ ?

Chuai Tai Roob Hai Noi Dai Mai Ka / Klab

能不能幫我拍照呢？

2

ช่วยอธิบายให้หน่อยได้ไหมคะ / ครับ ?

Chuai A Ti Bai Hai Noi Dai Mai Ka / Klab

能不能幫我說明呢？

3

ช่วยหยิบของให้หน่อยได้ไหมคะ / ครับ ?

Chuai Yib Kong Hai Noi Dai Mai Ka / Klab

能不能幫我拿東西呢？

4

ช่วยเขียนที่ตรงนี้ให้หน่อยได้ไหมคะ /
ครับ ?

Chuai Kien Tee Tong Nee Hai Noi Dai Mai Ka / Klab

能不能幫我寫在這裡呢？

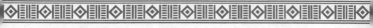

5

ช่วยอธิบายด้วยภาษาอังกฤษให้หน่อยได้
ไหมคะ / ครับ ?

Chuai A Ti Bai Duay Pa Sa Ang Krit Hai Noi Dai Mai
Ka / Klab

能不能幫我用英文說呢？

6

ช่วยพูดช้าช้าหน่อยได้ไหมคะ / ครับ ?

Chuai Puud Cha Cha Noi Dai Mai Ka / Klab

能不能慢慢地說呢？

7

ช่วยบอกทางให้หน่อยได้ไหมคะ / ครับ ?

Chuai Bok Tang Hai Noi Dai Mai Ka / Klab

能不能幫我指引道路呢？

③ พระพรหม 4 หน้า

MP3
43

Phra-Phrom See Nar

四面佛

導遊教你說

1

ว้า คนไหว้เยอะจังเลยค่ะ / ครับ

War Kon Wai Yer Jang Loei Ka / Klab

哇，參拜的人好多喔。

2

อืม ที่นี่ขอพรแล้วจะสมหวัง

Umm Tee Nee Khor Porn Laew Ja Som Wang

是的，因為祈求很靈驗。

3

ต้องใช้อะไรไหว้บ้างคะ / ครับ ?

Tong Chai A Rai Wai Bang Ka / Klab

那麼需要供奉什麼物品呢？

4

ของไหว้มีขายเป็นชุด อยู่ตรงด้านโน้น

Kong Wai Mee Kai Ben Chud You Trong Darn Noon

有整組供品，在那裡有銷售。

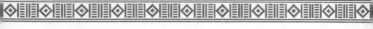

 你也可以這樣說

1

เปิดให้เข้าสักการะถึง 23.00 น

Perd Hai Kao Sak Ka Ra Teung Ha Tum

參拜的時間到晚上11點為止。

2

เปิดให้เข้าสักการะถึง 5 โมงเย็น

Perd Hai Kao Sak Ka Ra Teung Ha Mong Yen

參拜的時間到下午5點為止。

3

เปิดให้เข้าสักการะถึง สองทุ่มยี่สิบนาที

Perd Hai Kao Sak Ka Ra Teung Song Tum Yee Sib Na Tee

參拜的時間到晚上8點20分為止。

4

เปิดให้เข้าสักการะถึง เก้าโมงเช้า

Perd Hai Kao Sak Ka Ra Teung Kao Mong Chao

參拜的時間到早上9點為止。

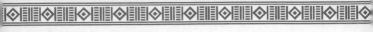

5

เปิดให้เข้าสักการะถึง เที่ยงตรง

Perd Hai Kao Sak Ka Ra Teung Tieng Tong

參拜的時間到中午12點為止。

6

เปิดให้เข้าสักการะถึง ตีสอง

Perd Hai Kao Sak Ka Ra Teung Ti Song

參拜的時間到凌晨2點為止。

④ ตลาดน้ำ

MP3 44

Ta Rad Nam

水上市場

 導遊教你說

1

เรือลำนี้นั่งได้กี่คนคะ / ครับ ?

Rua Lam Nee Nang Dai Kee Kon Ka / Klab

這艘船可以搭多少人？

2

นั่งได้เต็มที่ 6 คนค่ะ / ครับ

Nang Dai Tem Tee Hok Kon Ka / Klab

可以坐滿6個人。

3

พวกเรามีกัน 3 คน
ออกเรือเลยได้ไหมคะ / ครับ ?

Puak Rao Mee Kan Sam Kon
Ook Rua Loei Dai Mai Ka / Klab

我們有3個人，現在可以開船了嗎？

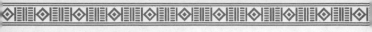

4

รอสักครู่นะคะ / ครับ อีก 2 คนกำลังมา
เดี๋ยวก็ได้ออกแล้วค่ะ / ครับ

Ror Sak Kru Na Ka / Klab Eek Song Kon Kam Lang
Ma Deaw Kor Dai Ook Laew Ka / Klab

請再等一下後面來的2位，就可以開船了。

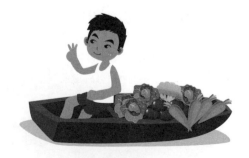

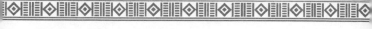

你也可以這樣說

1

อีกไกลแค่ไหนถึงจะถึงตลาด ?

Eek Kai Khae Nai Teung Ja Teung Ta Rad

到市場還有多遠？

2

อีกไกลแค่ไหนถึงจะถึงสถานีรถไฟ ?

Eek Kai Khae Nai Teung Ja Teung Sa Ta Nee Rod Fai

到火車站還有多遠？

3

อีกไกลแค่ไหนถึงจะถึงไปรษณีย์ ?

Eek Kai Khae Nai Teung Ja Teung Pai Sa Nee

到郵局還有多遠？

4

อีกไกลแค่ไหนถึงจะถึงร้านกาแฟ ?

Eek Kai Khae Nai Teung Ja Teung Ran Ka Fae

到咖啡店還有多遠？

5

อีกไกลแค่ไหนถึงจะถึงร้านสะดวกซื้อ ?

Eek Kai Khae Nai Teung Ja Teung Ran Sa Duak Sue

到便利商店還有多遠？

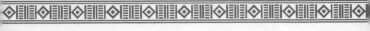

6

อีกไกลแค่ไหนถึงจะถึงปั๊มน้ำมัน ?

Eek Kai Khae Nai Teung Ja Teung Pump Nam Man

到加油站還有多遠？

7

อีกไกลแค่ไหนถึงจะถึงท่าเรือ ?

Eek Kai Khae Nai Teung Ja Teung Tha Rua

到船碼頭還有多遠？

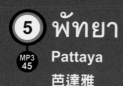

5 พัทยา

Pattaya

芭達雅

導遊教你說

1

มีอะไรให้ช่วยไหมคะ / ครับ ?

Mee A-Rai Hai Chuai Mai Ka / Klab

請問需要什麼服務？

2

จากโรงแรมไปชายหาดไปยังไงคะ / ครับ ?

Jak Rong Ram Pai Chai Had Pai Yang Ngai Ka / Klab

如何從酒店到海灘？

3

เดี๋ยวดิฉัน / ผม

จะช่วยจัดรถโรงแรมไปส่งให้นะคะ / ครับ

Deaw Di Chan / Phom Ja Chuai Jad Rod Rong Ram
Pai Song Hai Na Ka / Klab

我幫你安排酒店的車送你去。

— 173 —

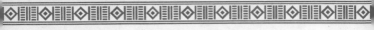

4

ค่ะ / ครับ ขอบคุณค่ะ / ครับ

Ka / Klab Khob Khun Ka / Klab

好的，謝謝你。

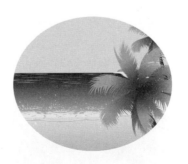

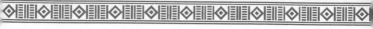

 你也可以這樣說

1

วันนี้ อากาศร้อนมาก

Wan Nee A Kat Ron Mak

今天天氣很熱。

2

วันนี้ อากาศเย็นนิดหน่อย

Wan Nee A Kat Yen Nid Noi

今天天氣有點涼。

3

วันนี้ อากาศสบายมาก

Wan Nee A Kat Sa Bai Mak

今天天氣很舒適。

4

วันนี้ อากาศไม่ค่อยร้อน

Wan Nee A Kat Mai Koy Ron

今天天氣不太熱。

5

วันนี้ ฝนคงตก

Wan Nee Fon Kong Tok

今天會下雨。

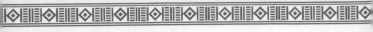

6

วันนี้ มีลมพัดเย็นเย็น

Wan Nee Mee Lom Pad Yen Yen

今天會有涼風。

7

วันนี้ อากาศร้อนนิดหน่อย

Wan Nee A Kat Ron Nid Noi

今天天氣有點熱。

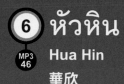

導遊教你說

1

ดิฉัน / ผม ต้องการไปหัวหินค่ะ / ครับ

Di Chan / Phom Tong Karn Pai Hua Hin Ka / Klab

我要去華欣。

2

ค่ะ / ครับ ตั๋วใบละ 200 บาท
ต้องการกี่ใบคะ / ครับ ?

Ka / Klab Tua Bai La Song Roy Baht Tong Karn Kee
Bai Ka / Klab

好的，1張票200泰銖，你要幾張票？

3

ดิฉัน / ผม ต้องการ 3 ใบค่ะ / ครับ

Di Chan / Phom Tong Karn Sam Bai Ka / Klab

我需要3張。

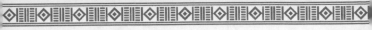

4

นี่ตั๋วค่ะ / ครับ

ทั้งหมด 600 บาทค่ะ / ครับ

Ni Tua Ka / Klab

Tang Mod Hok Roy Baht Ka / Klab

這是你購買的車票，一共600泰銖。

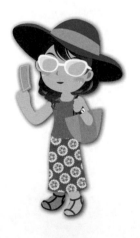

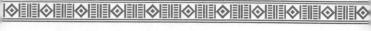

  你也可以這樣說

1
เดิน ก็ถึง

Dern Kor Teung

走路可以到達。

2
นั่งรถเมล์ ก็ถึง

Nang Rod May Kor Teung

搭巴士可以到達。

3
นั่งเครื่องบิน ก็ถึง

Nang Kreng Bin Kor Teung

搭飛機可以到達。

4
นั่งเรือ ก็ถึง

Nang Rua Kor Teung

搭船可以到達。

5
ขี่จักรยาน ก็ถึง

Kee Jak Ka Yan Kor Teung

騎腳踏車可以到達。

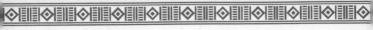

6
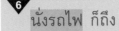
นั่งรถไฟ ก็ถึง

Nang Rod Fai Kor Teung

坐火車可以到達。

7
ขี่มอเตอร์ไซด์ ก็ถึง

Kee Motorcycle Kor Teung

騎摩托車可以到達。

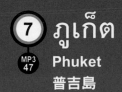

Phuket
普吉島

導遊教你說

1
ไม่ทราบว่ามีโปรแกรมดำผิวน้ำที่เกาะพีพี
ไหมคะ / ครับ ?

Mai Saap Wa Mee Program Dam Piew Nam Tee Ko
Phi Phi Mai Ka / Klab
請問有到批批島浮潛的行程嗎？

2
มีค่ะ / ครับ ไม่ทราบมีกันกี่คนคะ /
ครับ ?

Mee Ka / Klab Mai Saap Mee Kan Kee Kon Ka / Klab
有的，你們有幾個人要去？

3
5 คน ค่ะ / ครับ

Ha Kon Ka / Klab
我們有5個人。

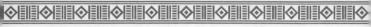

4

ค่ะ / ครับ ดิฉัน / ผมจะช่วยจัดทริปใน
วันพรุ่งนี้ให้นะคะ / ครับ

Ka / Klab Di Chan / Phom Ja Chuai Jad Trip Nai Wan
Prung Nee Hai Na Ka / Klab

好的，我幫你們安排在明天。

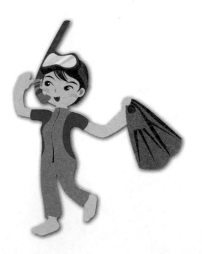

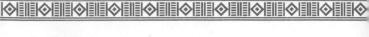

 你也可以這樣說

1
ช่วยเลี้ยวขวาตรงนี้

Chuai Liao Kwa Trong Nee

請在這裡右轉。

2
ช่วยจอดรถตรงนี้

Chuai Jod Rod Trong Nee

請在這裡停車。

3
ช่วยเลี้ยวซ้ายตรงนี้

Chuai Liao Sai Trong Nee

請在這裡左轉。

4
ช่วยลงรถตรงนี้

Chuai Long Rod Trong Nee

請你在這裡下車。

5
ช่วยรอดิฉัน / ผม 5 นาที

Chuai Ror Di Chan / Phom Ha Na Tee

請等我5分鐘。

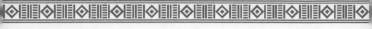

6

ช่วยเอากระเป๋าเดินทางให้หน่อย

Chuai Ao Kra Pao Dern Tang Hai Noi

請拿行李。

7

ช่วยจ่ายเงินให้หน่อย ให้หน่อย

Chuai Jai Ngern Hai Noi

請付款。

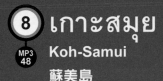

導遊教你說

1

ไม่ทราบว่ามีมอเตอร์ไซค์ให้เช่าไหมคะ /
ครับ ?

Mai Saap Wa Mee Motorcycle Hai Chao Mai Ka / Klab

請問有機車可以租嗎？

2

มีค่ะ / ครับ พวกคุณจะเอากี่คันคะ /
ครับ ?

Mee Ka / Klab Puak Khun Ja Ao Kee Kan Ka / Klab

有的，你們需要幾部呢？

3

พวกเรา 5 คน ต้องการ 3 คันค่ะ / ครับ

Puak Rao Ha Kon Tong Karn Sam Kan Ka / Klab

我們有5個人，需要3部。

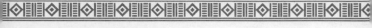

4

ค่ะ / ครับ รอประมาณ 10 นาที
เดี๋ยวจัดการให้นะคะ / ครับ

Ka / Klab Ror Pra Man Sib Na Tee Diew Jad Karn Hai
Na Ka / Klab

好的，請你們等10分鐘，我幫你們安排。

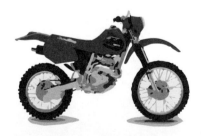

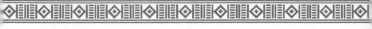

 你也可以這樣說

1

ด้านนี้ คือทิศตะวันออก

Dan Nee Kue Tid Ta Wan Ook

這個方向是東方。

2

ด้านนี้ คือทิศตะวันตก

Dan Nee Kue Tid Ta Wan Tok

這個方向是西方。

3

ด้านนี้ คือทิศเหนือ

Dan Nee Kue Tid Nue

這個方向是北方。

4

ด้านนี้ คือทิศใต้

Dan Nee Kue Tid Tai

這個方向是南方。

5

ด้านนี้ ไปห้างสรรพสินค้าได้

Dan Nee Pai Harng Saap Pra Sin Kar Dai

這個方向可以去百貨商場。

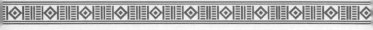

6

ด้านนี้ ไปสนามบินได้

Dan Nee Pai Sa Nam Bin Dai

這個方向可以去機場。

7

ด้านนี้ เดินไปไปรษณีย์ได้

Dan Nee Dern Pai Pai Sa Nee Dai

這個方向可以走到郵局。

Chapter 7

ช็อปปิ้ง
購物

1 ห้างสรรพสินค้า
百貨公司

2 ซุปเปอร์มาร์เก็ต
超級市場

3 ร้านสินค้าพื้นเมือง
泰國手工藝品店

4 จตุจักร
乍都乍週末市場

5 สยามสแควร์
暹邏廣場

6 ร้านสปาและนวดแผนไทย
SPA & 按摩店

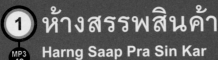

導遊教你說

1

มีแบบเดียวกัน แต่สีอื่นไหมคะ / ครับ ?

Mee Bab Diew Kan Tae See Eun Mai Ka / Klab

有同一款設計、但不同顏色的貨嗎？

2

มีสีแดง สีดำ และสีเหลืองค่ะ / ครับ

Mee See Daeng See Dam Lae See Lerng Ka / Klab

還有紅色、黑色及黃色。

3

สีแดงเป็นแดงแบบไหนคะ / ครับ ?

See Daeng Pen Daeng Bab Nai Ka / Klab

紅色是哪一種紅色呢？

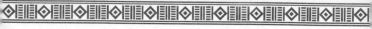

4

แดงเข้มค่ะ / ครับ

Daeng Kem Ka / Klab

是暗紅色。

5

งั้น ขอดิฉัน / ผมลองหน่อยได้ไหมคะ /
ครับ ?

Ngan Khor Di Chan / Phom Long Noi Dai Mai Ka /
Klab

那麼，我可以試一試嗎？

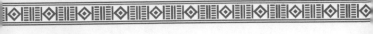

 你也可以這樣說

1

มี สินค้าสีอื่น ไหม ?

Mee Sin Kar See Eun Mai

有不同顏色的貨嗎？

2

มี ไซส์แอล ไหม ?

Mee Size L Mai

有L尺寸嗎？

3

มี ไซส์เอ็ม ไหม ?

Mee Size M Mai

有M尺寸嗎？

4

มี ไซส์เอส ไหม ?

Mee Size S Mai

有S尺寸嗎？

5

มี แบบอื่น ไหม ?

Mee Bab Eun Mai

有不同設計嗎？

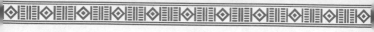

6

มี ไซส์ใหญ่ ไหม ?

Mee Size Yai Mai

有大尺寸嗎？

7

มี ไซส์เล็ก ไหม ?

Mee Size Lek Mai

有小尺寸嗎？

② ซุปเปอร์มาร์เก็ต
Super Market
超級市場

導遊教你說

1

หามาม่าไม่เจอค่ะ / ครับ
ไม่ทราบอยู่ตรงไหนคะ / ครับ

Ha Ma Ma Mai Jer Ka / Klab
Mai Saap Yu Trong Nai Ka / Klab

找不到速食麵⋯⋯。

2

อยู่ด้านซ้ายของเชลฟ์ล่างค่ะ / ครับ

Yu Dan Sai Khong Shelf Lang Ka / Klab

在下一個櫃檯的左側。

3

แล้วครีมล้างหน้าอยู่ตรงไหนคะ / ครับ ?

Laew Cream Lang Nar Yu Trong Nai Ka / Klab

還有洗面乳在哪裡?

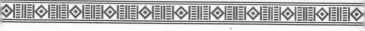

4

อยู่ด้านในสุดของเชลฟ์นั้นค่ะ / ครับ

Yu Dan Nai Sud Khong Shelf Nan Ka / Klab

在最裡面的那一處櫃檯。

5

ขอบคุณค่ะ / ครับ

Khob Khun Ka / Klab

謝謝。

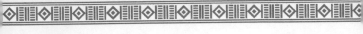

 你也可以這樣說

1

นม อยู่ตรงไหน ?

Nom You Trong Nai

牛奶在哪裡？

2

ผลไม้ อยู่ตรงไหน ?

Pol La Mai You Trong Nai

水果在哪裡？

3

น้ำผึ้ง อยู่ตรงไหน ?

Nam Peung You Trong Nai

蜂蜜在哪裡？

4

น้ำแร่ อยู่ตรงไหน ?

Nam Rae You Trong Nai

礦泉水在哪裡？

5

ช็อคโกแลต อยู่ตรงไหน ?

Chocolate You Trong Nai

巧克力在哪裡？

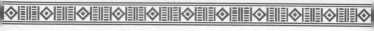

6

ยาสีฟัน อยู่ตรงไหน ?

Ya See Fan You Trong Nai

牙膏在哪裡?

7

คุ้กกี้ อยู่ตรงไหน ?

Cookie You Trong Nai

餅乾在哪裡?

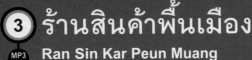

③ ร้านสินค้าพื้นเมือง

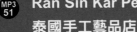

Ran Sin Kar Peun Muang

泰國手工藝品店

導遊教你說

1

ขอดูกำไลอันนี้หน่อยได้ไหมคะ / ครับ ?

Khor Doo Kam Lai An Nee Noi Dai Mai Ka / Klab

可以看看這個手環嗎？

2

ได้ค่ะ / ครับ

ดิฉัน / ผมจะเอาให้ดูนะค่ะ / ครับ

Dai Ka / Klab

Di Chan / Phom Ja Ao Hai Doo Na Ka / Klab

可以，我拿給你看。

3

มีแบบอื่นอีกไหมคะ / ครับ ?

Mee Bab Eun Eek Mai Ka / Klab

還有其他的樣式嗎？

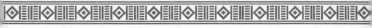

4

มีแบบที่มีลายดอกไม้ค่ะ / ครับ

Mee Bab Tee Mee Lai Dok Mai Ka / Klab

還有這款花式樣的。

5

อืม งั้นดิฉัน / ผมเอาแบบที่มีลายช้างค่ะ / ครับ

Umm Ngan Di Chan / Phom Ao Bab Tee Mee Lai Chang Ka / Klab

好的，那我要這只有大象的。

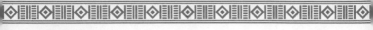

 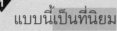 你也可以這樣說

1

แบบนี้เป็นที่นิยม

Bab Nee Pen Tee Ni Yom

這個設計樣式很流行。

2

แบบนี้เหมาะสำหรับสาววัยรุ่น

Bab Nee Mor Sam Rab Sao Wai Roon

這個設計樣式適合年輕女孩。

3

แบบนี้เหมาะสำหรับเป็นชุดราตรี

Bab Nee Mor Sam Rab Pen Chud Ra Tee

這個設計樣式適合做晚禮服。

4

แบบนี้เหมาะสำหรับเดินทาง

Bab Nee Mor Sam Rab Dern Tang

這個設計樣式適合旅行使用。

5

แบบนี้มีความเป็นไทย

Bab Nee Mee Kwam Pen Thai

這個設計樣式有泰式風格。

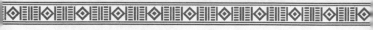

6

แบบนี้สดใสมาก

Bab Nee Sod Sai Mak

這個設計樣式很活潑。

7

แบบนี้ประณีตมาก

Bab Nee Pra Need Mak

這個設計樣式很精緻。

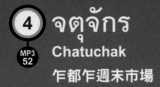

จตุจักร

MP3
52

Chatuchak

乍都乍週末市場

導遊教你說

1

เสื้อยืดนี้ทำจากคอตต้อน 100%
ใช่ไหมคะ / ครับ ?

Suea Yued Nee Tam Jak Cotton 100% Chai Mai Ka /
Klab

這件T恤（T-Shirt）是100%棉的嗎？

2

ใช่ค่ะ / ครับ

Chai Ka / Klab

是的。

3

มีไซส์อะไรบ้างคะ / ครับ ?

Mee Size A-Rai Bang Ka / Klab

有什麼尺寸（Size）呢？

4

มีไซส์เอ็มกับไซส์แอลค่ะ / ครับ

Mee Size M Kab Size L Ka / Klab

還有M及L尺寸。

5

งั้น ดิฉัน / ผม เอาไซส์เอ็ม 2 ตัวค่ะ /
ครับ

Ngan Di Chan / Phom Ao Size M Song Tua Ka / Klab

好的，那我要2件M尺寸。

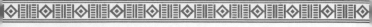

 你也可以這樣說

1
ดิฉัน / ผม กำลังหา <mark>กางเกงขาสั้น</mark>

Di Chan / Phom Kam Lang Ha Kang Keng Ka San

我正在找短褲。

2
ดิฉัน / ผม กำลังหา <mark>กระโปรงสั้น</mark>

Di Chan / Phom Kam Lang Ha Kra Pong San

我正在找短裙。

3
ดิฉัน / ผม กำลังหา <mark>กางเกงยีนส์</mark>

Di Chan / Phom Kam Lang Ha Kang Keng Jean

我正在找牛仔褲。

4
ดิฉัน / ผม กำลังหา <mark>เสื้อโปโล</mark>

Di Chan / Phom Kam Lang Ha Seua Polo

我正在找POLO衫。

5
ดิฉัน / ผม กำลังหา <mark>เสื้อเชิ้ตผู้ชาย</mark>

Di Chan / Phom Kam Lang Ha Seua Shirt Poo Chai

我正在找男生襯衫。

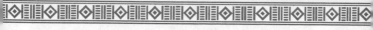

6

ดิฉัน / ผม กำลังหา ผ้าไหมพันคอ

Di Chan / Phom Kam Lang Ha Pha Mai Phan Kho

我正在找絲巾。

7

ดิฉัน / ผม กำลังหา เสื้อยืด

Di Chan / Phom Kam Lang Ha Seua Yued

我正在找T恤（T-Shirt）。

導遊教你說

1

เดือนนี้มีสินค้ามาใหม่ ค่ะ / ครับ

Duen Nee Mee Sin Kar Ma Mai Ka / Klab

這個月有剛到的新貨。

2

มีกี่สี คะ / ครับ ?

Mee Kee See Ka / Klab

有幾種顏色?

3

มีสีชมพู สีดำ และสีกากีค่ะ / ครับ

Mee See Chom Poo See Dam Lae See Kha Ki Ka / Klab

有粉紅色、黑色和卡其色。

4

อืม งั้นดิฉัน / ผมเอาสีชมพูค่ะ / ครับ

Umm Ngan Di Chan / Phom Ao See Chom Poo Ka / Klab

好的,請給我粉紅色的。

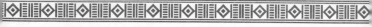

 你也可以這樣說

1
นี่เป็น กางเกงเลกกิ้ง ที่ได้รับความนิยมในปีนี้

Nee Pen Kang Keng Legging Tee Dai Rab Kwam
Ni Yom Nai Pee Nee

這是今年流行的緊身褲。

2
นี่เป็น กระเป๋า ที่ได้รับความนิยมในปีนี้

Nee Pen Kra Pao Tee Dai Rab Kwam Ni Yom Nai Pee
Nee

這是今年流行的包包。

3
นี่เป็น แจ็คเก็ต ที่ได้รับความนิยมในปีนี้

Nee Pen Jacket Tee Dai Rab Kwam Ni Yom Nai Pee
Nee

這是今年流行的夾克。

4
นี่เป็น รองเท้า ที่ได้รับความนิยมในปีนี้

Nee Pen Rong Tao Tee Dai Rab Kwam Ni Yom Nai
Pee Nee

這是今年流行的鞋子。

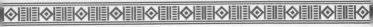

5

นี่เป็น สร้อยคอ ที่ได้รับความนิยมในปีนี้

Nee Pen Soi Kho Tee Dai Rab Kwam Ni Yom Nai Pee Nee

這是今年流行的項鍊。

6

นี่เป็น แหวน ที่ได้รับความนิยมในปีนี้

Nee Pen Waen Tee Dai Rab Kwam Ni Yom Nai Pee Nee

這是今年流行的戒指。

7

นี่เป็น แว่นกันแดด ที่ได้รับความนิยมในปีนี้

Nee Pen Waen Kan Daet Tee Dai Rab Kwam Ni Yom Nai Pee Nee

這是今年流行的太陽眼鏡。

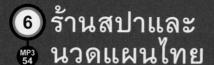

6 ร้านสปาและ
นวดแผนไทย

Ran Spa Lae Nuad Pan Thai

SPA & 按摩店

MP3 54

導遊教你說

1

มีส่วนไหนที่คุณต้องการให้กดแรงหน่อย
ไหม คะ / ครับ ?

Mee Suan Nai Tee Khun Tong Karn Hai Kod Rang Noi
Mai Ka / Klab

有需要幫你按重一點的地方嗎？

2

ดิฉัน / ผม เจ็บหลังมาก ค่ะ / ครับ

Di Chan / Phom Jep Lang Mak Ka / Klab

我的背部很痠痛。

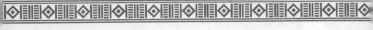

3

งั้นดิฉัน / ผมจะกดหลังให้แรงขึ้นหน่อย
นะคะ / ครับ

Ngan Di Chan / Phom Ja Kod Lang Hai Rang Kuen
Noi Na Ka / Klab

好的，我會幫你加強背部。

4

ขอบคุณนะคะ / ครับ

Khob Khun Na Ka / Klab

謝謝。

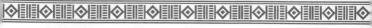

 你也可以這樣說

1

กดตรง ไหล่ แรงหน่อยนะ

Kod Trong Lai Rang Noi Na

肩膀要按重一點。

2

กดตรง คอ แรงหน่อยนะ

Kod Trong Kho Rang Noi Na

頸部要按重一點。

3

กดตรง ศีรษะ แรงหน่อยนะ

Kod Trong See Sa Rang Noi Na

頭部要按重一點。

4

กดตรง ต้นขา แรงหน่อยนะ

Kod Trong Ton Kha Rang Noi Na

大腿要按重一點。

5

กดตรง เอว แรงหน่อยนะ

Kod Trong Eo Rang Noi Na

腰部要按重一點。

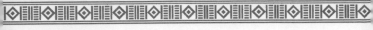

6

กดตรง เท้า แรงหน่อยนะ

Kod Trong Tao Rang Noi Na

腳要按重一點。

7

กดตรง มือ แรงหน่อยนะ

Kod Trong Meu Rang Noi Na

手要按重一點。

Chapter 8

ปัญหา
困難

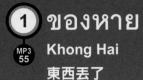

① ของหาย
Khong Hai
東西丟了

MP3
55

導遊教你說

1
กระเป๋าของดิฉัน / ผม หายค่ะ / ครับ
Kra Bao Khong Di Chan / Phom Hai Ka / Klab
我的包包丟了。

2
ข้างในกระเป๋ามีของสำคัญอะไรบ้างคะ /
ครับ ?
Kang Nai Kra Bao Mee Khong Sam Kan A-Rai Bang
Ka / Klab
裡面有什麼貴重的東西呢？

3
มีกระเป๋าสตางค์กับบัตรเครดิตค่ะ / ครับ
Mee Kra Bao Sa Tang Kab Bud Credit Ka / Klab
有錢包及信用卡。

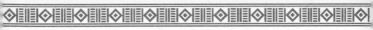

4

ช่วยกรอกเอกสารนี้ด้วยค่ะ / ครับ

Chuai Krok Ek-Ka-Sarn Nee Duay Ka / Klab

請先填寫這份資料。

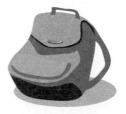

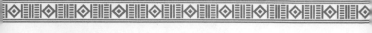

 你也可以這樣說

1

กระเป๋าสตางค์ หาย

Kra Bao Sa Tang Hai

錢包弄丟了。

2

แว่นตา หาย

Waen Ta Hai

眼鏡弄丟了。

3

คอมพิวเตอร์โน๊ตบุ๊ค หาย

Computer Notebook Hai

筆記型電腦弄丟了。

4

โทรศัพท์มือถือ หาย

Tho Ra Sarb Meu Theu Hai

手機弄丟了。

5

กระเป๋าถือ หาย

Kra Bao Theu Hai

手提包弄丟了。

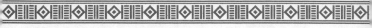

6

บัตรเครดิต หาย

Bud Credit Hai

信用卡弄丟了。

7

นาฬิกาข้อมือ หาย

Nar Li Gar Kor Meu Hai

手錶弄丟了。

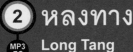

導遊教你說

1

ขอโทษนะ คะ / ครับ

ดิฉัน / ผมอยากไปที่นี่ ....

Khor Thot Na Ka / Klab

Di Chan / Phom Yak Pai Tee Nee

（讓對方看曼谷的地圖）對不起，我要去這
裡……。

2

คุณมาผิดทางแล้วค่ะ / ครับ

Khun Ma Pit Tang Laew Ka / Klab

你走的方向錯了。

3

ค่ะ / ครับ

งั้นดิฉัน / ผม หลงทางแล้วค่ะ / ครับ

Ka / Klab

Ngan Di Chan / Phom Long Tang Laew Ka / Klab

是的，我迷路了。

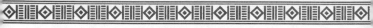

4

ต้องกลับไปเลี้ยวขวาที่ร้านสะดวกซื้อนี่
ค่ะ / ครับ

Tong Kab Pai Liew Kwa Tee Ran Sa Duak Sue Nee
Ka / Klab

請回到這個便利商店右轉。

5

ค่ะ / ครับ ขอบคุณมากค่ะ / ครับ

Ka / Klab Khob Khun Mak Ka / Klab

好的，謝謝你。

你也可以這樣說

1

สถานีรถไฟฟ้าใต้ดิน MRT

เดินตรงไปข้างหน้า จะอยู่ซ้ายมือ

Sa Ta Nee Rod Fai Far Tai Din MRT Dern Trong Pai
Kang Nar Ja You Sai Meu

地鐵站MRT往前直走，就在左手邊。

2

สวนสาธารณะ เดินตรงไปข้างหน้า

จะอยู่ซ้ายมือ

Suan-Sa-Ta-Ra-Na Dern Trong Pai Kang Nar Ja You
Sai Meu

公園往前直走，就在左手邊。

3

พระพรหมสี่หน้า เดินตรงไปข้างหน้า

จะอยู่ซ้ายมือ

Phra-Phrom See Nar Dern Trong Pai Kang Nar Ja You
Sai Meu

四面佛壇往前直走，就在左手邊。

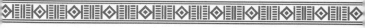

4

สถานีตำรวจ เดินตรงไปข้างหน้า
จะอยู่ซ้ายมือ

Sa Ta Nee Tam Ruad Dern Trong Pai Kang Nar
Ja You Sai Meu

警察局往前直走，就在左手邊。

5

ห้างสรรพสินค้าเอ็มโพเรียม
เดินตรงไปข้างหน้า จะอยู่ซ้ายมือ

Hang Sarb Pa Sin Kar Emporium Dern Trong Pai Kang
Nar Ja You Sai Meu

Emporium百貨公司往前直走，就在左手邊。

6

บันไดเลื่อน เดินตรงไปข้างหน้า
จะอยู่ซ้ายมือ

Ban Dai Luean Dern Trong Pai Kang Nar
Ja You Sai Meu

電梯往前直走，就在左手邊。

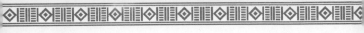

7

ประตูหมายเลขห้า เดินตรงไปข้างหน้า
จะอยู่ซ้ายมือ

Pra Tu Mai Lek Ha Dern Trong Pai Kang Nar Ja You
Sai Meu

五號門往前直走，就在左手邊。

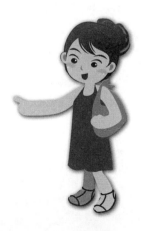

③ ไม่สบาย

MP3 57

Mai Sa-Bai

生病

 導遊教你說

1

ไม่สบายตรงไหนคะ / ครับ ?

Mai Sa-Bai Trong Nai Ka / Klab

哪裡不舒服？

2

ท้องเสียค่ะ / ครับ

Tong Sear Ka / Klab

一直拉肚子。

3

มีอย่างอื่นอีกไหมคะ / ครับ ?

Mee Yang Eun Eek Mai Ka / Klab

還有嗎？

4

มีไข้เล็กน้อยค่ะ / ครับ

Mee Khai Lek Noi Ka / Klab

還有一點發燒。

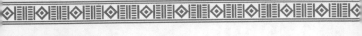

 你也可以這樣說

1

ปวด ท้อง มาก

Puad Tong Mak

肚子很痛。

2

ปวด ศีรษะ มาก

Puad See-Sa Mak

頭很痛。

3

ปวด เอว มาก

Puad Eo Mak

腰部很痛。

4

ปวด ขา มาก

Puad Kha Mak

腳很痛。

5

ปวด ฟัน มาก

Puad Fun Mak

牙齒很痛。

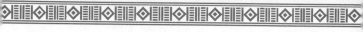

6

ปวด กระเพาะ มาก

Puad Kra Poh Mak

胃很痛。

7

ปวด หลัง มาก

Puad Lang Mak

背部很痛。

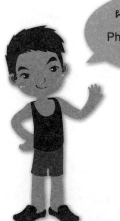

ผมมาจากไต้หวัน

Phom Ma Jak Taiwan

我來自台灣。

Part 3 導遊為你準備的
旅遊指南

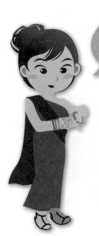

เรียบร้อยแล้วค่ะ

Reab Roi Laew Ka

都準備好了。

Chapter 1

地圖篇

① 曼谷地鐵圖

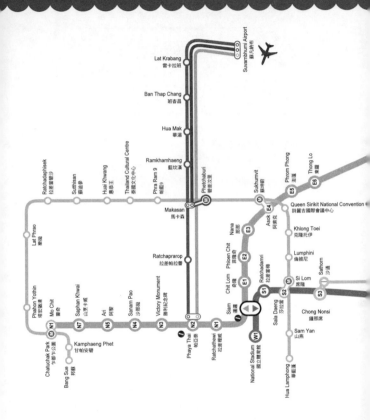

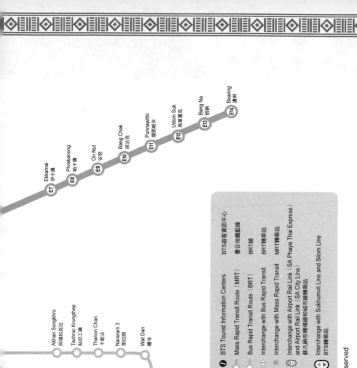

Ekkamai 伊卡邁
Phrakanong 帕卡儂
On Nut 安樂
Bang Chak 班治克
Punnawithi 澎策威
Udom Suk 烏隆蘇克
Bang Na 班納
Bearing 邊琳

E7 E8 E9 E10 E11 E12 E13 E14

Akhan Songkhro 阿禤松克拉
Technic Krungthep 貼尼工藝
Thanon Chan 卡能沾
Nararam 3 那拉朗
Wat Dan 禮咚寺

Wat Priwat 巴里哇寺
Wat Dokmai 東邁寺
Rama IX Bridge 拉瑪九世橋
Charoenrat 沾能瑞
Rama III Bridge 拉瑪三世橋

Surasak 蘇叻沙克
Saphan Taksin 沙潘塔克辛
S5
S6

Krung Thon Buri 恭吞武裡
S7
Wongwian Yai 王威安亞
S8
Pho Nimit 普尼密
S9
Talat Phlu 噠叻浦
S10
Wutthakat 兀他卡
S11
Bang Wa 挽哇
S12

Ratchaphruek 叻洽帕

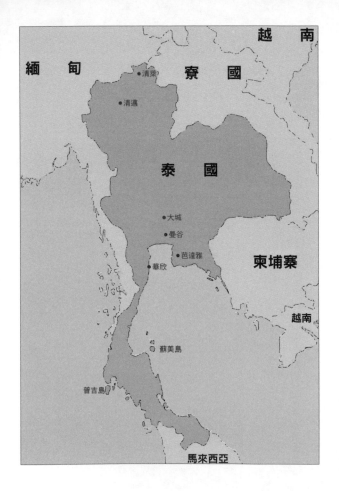

Chapter 2

文化篇

① 泰國的節慶

在泰國，最重要的二個民俗節慶是泰國的新年、俗稱潑水節的宋干節（**สงกรานต์** Songkran），以及年底的水燈節（**ลอยกระทง** Loy Krathong）。這二個節慶淵遠流長，可追溯自700多年前的素可泰王朝。節慶時各地都有活動，是泰國人相當重視的日子。

歡樂的宋干節

泰語「宋干」（**สงกรานต์** Songkran）一詞源自於梵語，意思是「移動」或是「改變」，最原始的意思是太陽的移動及位置的改變，進入新一年的黃道宮，辭去了舊歲要迎接嶄新一年的到來。宋干節每年都是在4月13日至16日，經觀測計算，這個日期並非是太陽進入新黃道宮的日期，而是晚了約近30日，但是約定俗成的事也不做更改，確定了這個時間。同時，除了泰國之外，鄰近的緬甸、老撾（寮國）及柬埔寨也同樣有過宋干節的習俗。宋干節也如同華人的新年習俗，旅遊在外的遊子都會回到家鄉團聚。當節日開始的清晨，人們會沐浴盛裝，到佛寺裡堆沙造塔，浴佛聽經，然後青年男女

要向家裡的父母長輩雙手合十敬拜，再舀起盛有鮮花的水盆中的水淋在父母長輩的手上，並且祈求祝福，這個動作稱為「口悶」（ขอพร Khor Porn），此時父母長輩會唸吉祥語祝福他們。接著青年們會相互潑水祈福，繼而形成全村性的潑水高潮。這是過去的傳統習俗，而逐年地演變，形成刺激的潑水狂歡的型態，非常熱鬧。水桶、臉盆、水槍齊發，還有自來水管直接掃射，胡亂飛舞，非常刺激。尤其以清邁這個城市最為瘋狂，每年吸引許多外國的觀光客在宋干節來此狂歡。另外，除了潑水慶祝之外，也會有「宋干小姐」的選美活動，是要讓新年的開始洗去舊穢，迎接「美麗」的人生。

浪漫的水燈節

接著談談有浪漫氣息的水燈節（ลอยกระทง Loy Krathong）。其中發音為「擂」（ลอย Loy）的這個字，在泰語裡的意思是「漂」，而發音為「嘎通」（กระทง Krathong）的這個字，是「水燈」的意思，所以合起來就是「漂水燈」，也就是在水燈節會進行的活動。水燈節在每年泰曆12月15日（西曆為11月，日期不一定，但是泰國的觀光局

會公布當年的水燈節日期）的這一天夜晚舉行，此時的月亮最亮、最圓。由於這時候湄南河的雨季也剛過，所以正是河水高漲、月明天清的美好季節。相傳13世紀的素可泰王朝中，有一位名為娜諾帕瑪絲（**นางนพมาศ** Mrs. Noppamas）的王妃，極為巧手，也富有藝術天分，她特別使用了香蕉葉，折疊裁製成了一盞蓮花形的燈船，船內放上水果雕成的花鳥圖案裝飾，並且插上鮮花，點著香燭，向天祝禱之後放在河裡，任其隨河水飄蕩，以表示對佛祖與河神的感恩之情。延襲至今，無論朝代更迭，這項傳統一直保留下來，成為泰國人除了「宋干節」之外最受重視的節慶。每當水燈節到來，都可以看到街上擺滿了各種樣式的水燈，而且都是用環保材質所製成。傳統的香蕉葉是最常見到的，但也有使用麵包製成的，不僅是應景漂了水燈，麵包在水裡溶化了，也可以餵養河裡的魚蝦，頗有創意。每年的這一天，曼谷市的湄南河上，放眼過去，成千上萬的水燈漂流其上，輝映著天上的爍爍繁星，每一艘小船上都承載著無限的祈福、思念、感恩及應許等情愫，非常感人。

② 熱情洋溢、味道濃郁的 泰國水果

泰國地屬南洋熱帶地區，在此產出的水果都有共通的特點，就是具有非常濃郁的味道。到泰國旅遊時，一定要用盡全力好好享用這些充滿熱情南洋風味的水果。

水果之王榴槤

泰國眾多水果當中，風味最為濃郁的非水果之王的榴槤莫屬。榴槤種類繁多，不下百種，而台灣引進最多的，絕大部分是「金枕頭」（**หมอนทอง Mon Thong**）。但是到了泰國，就有機會嘗試其他的品種，如「千尼」（**ชะนี Cha Nee**）及「干瑤」（**ก้านยาว Kan Yao**）等。千尼及金枕頭的口味和口感大致相同，但金枕頭肉比較多也比較甜，在曼谷大型的超市鮮果區內，全年都可購得。但真正的榴槤盛產季節，則大約是在每年的7月，也正是曼谷區域的雨季，這個時候的榴槤可口又香甜，簡直讓人無法忘了那滋味。而干瑤品種也是這個時候才上市，口感比金枕頭略乾，黏黏鬆鬆的，甜

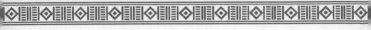

度剛剛好,也值得嚐鮮。說到干瑤,泰文的干就是「蒂」,瑤就是「長」,所以就是「長蒂」(蒂很長)的意思。干瑤這個品種的榴槤價錢最貴,每公斤售價大約500泰銖,而且年年上漲。

行家的最愛,野生榴槤

另外,每年7月在乍都乍(จตุจักร Chatuchak)的傳統市場內,可以吃到各個品種的榴槤。其中特別值得一提的,是只有行家才會關注的野生榴槤。所謂的野生榴槤,指的不是單一特有品種,單純就是野生的而已。這樣的榴槤價格非常便宜,但只有每年的榴槤季節才有,而且只有在泰國南部才可以吃到。由於它的籽很大,肉不多,口味也不固定,有些甚至還帶有苦味,所以通常泰國人不愛吃。但正因為如此,大小不一的每顆野生榴槤,每當打開時都會有期待,其心情如同《阿甘正傳》裡的阿甘吃巧克力一樣,不知道會吃到什麼口味,所以別具趣味。

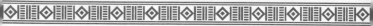

水果之后山竹

榴槤性屬燥熱，享用的同時，一定要配著吃的水果即是有水果之后美譽的山竹（**มังคุด Mang Kud**，音相當於：蒙固）。山竹性屬涼爽，剛好中和榴槤的燥熱。說來也巧，這二種水果盛產的季節正好一樣，好像天生就是要互相搭配似的。挑選山竹時，盡量要挑個頭小、果皮薄的，而且最好果皮上沒有綠色的黏液，因為這樣的山竹籽小、肉多、汁又甜；相對的，如果太大顆，就會是籽大肉也少的山竹。

泰國椰子冠全球

再來一定要提到椰子。泰國椰子的香甜，無其他國家的可出其右，這是曾經喝過了許多南洋地方的椰子之後所得出的結論。當喝完了椰子水之後，不要急著將椰子殼丟棄，拿一把湯匙，刮舀出嫩嫩的果肉來嚐嚐，可以體驗果肉在嘴裡舞動的感覺。購買時也可以向賣椰子的商家説：「請給我嫩嫩的椰子哪」（**ขอมะพร้าวหนึ่งลูก เอาอ่อนๆนะ Khor Ma-Prao Neung Look, Ao Oon-Oon Na**，音相當於：口媽拋嫩露 ㄠ翁翁哪）。這種新栽種的椰子樹

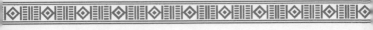

的椰子肉是透明的，既甜又嫩。另外有一種去掉厚殼烤過的椰子，喝起來有一股特殊的熟焦香甜味，但果肉就沒有那麼的嫩。

紅毛丹、芒果、波羅蜜

　　至於紅毛丹上市的季節，大約在榴槤與山竹的前一個月左右，所以三種美果幾乎可以同時享用。還有泰國芒果，有青芒果及熟黃芒果二種吃法，青芒果是刨成絲，再調配其他如木瓜絲、小蝦米及佐料成為泰式沙拉；而熟黃芒果則是伴著糯米飯一起入口，因此一般在購買熟黃芒果時，都會伴隨有糯米飯。另外有著特有濃郁芳香的水果波羅蜜（ขนุน Ka Noon）是很值得嚐嚐的水果，甜甜脆脆又爽口，別具風味。這種水果在泰國被稱為麵包樹長出來的大果子，由於真的很碩大，所以銷售時商家都會將籽剝去，一片片排好裝盒，不需要整顆購買。旅遊泰國的時候，吃吃看這些風味特殊的水果，會讓旅程中留下更多回憶。

③ 有趣的泰國人小名與冠稱

　　泰國人的姓名也和華人一樣，分為姓和名二部分，不過在習慣上排列的順序和華人不同，是名在前，姓在後。例如扎倫・揚栽（**เจริญ เย็นใจ** Charoen Yenjai），扎倫（**เจริญ** Charoen）是名，揚栽（**เย็นใจ** Yenjai）是姓；宋猜・哉迪（**สมชาย ใจดี** Somchai Jaidee），宋猜（**สมชาย** Somchai）是名，哉迪（**ใจดี** Jaidee）是姓。

泰國人的小名

　　泰國人的兒女剛出生後，父母就會幫他們取一個小（乳）名，而小名經常是一個單音節的詞，這樣的名字叫起來才會簡單上口、親切又可愛。例如「啾」（**จิ๋ว** Jiu）是「小」的意思；「交」（**แจ๋ว** Jiau）是「好」的意思；「長」（**ช้าง** Chang）是大象；「姆」（**หมู** Moo）是豬；「噗」（**ปู** Poo）是螃蟹；「卓」（**โจ** Joe）是英文字的拼音等等。直到成年，雖然有正式的名字，但是平常稱呼對方，依然不會稱呼對方正式的名字，更不會將對方

的姓氏唸出來，只會稱呼對方的小名，只有在正式
的場合時才會稱呼正式的名字。因此，一到泰國，
就會發現泰國人彼此之間，大都只是「單音節」式
地稱呼對方。

泰國人的冠稱

另外，泰國人在稱呼對方名字（包括小名）之
前，通常還要加一個冠稱。如果不弄清楚冠稱和它
的意思，往往就會把冠稱誤認是姓。其中，最正
式且常用的冠稱是「坤」（**คุณ** Khun），意思為
「～先生」或「～小姐」，例如「坤宋猜」（**คุณ
สมชาย** Khun Somchai）、「坤姆」（**คุณ หมู**
Moo）等。遇有姓陳的華人，則會稱「坤陳」；姓
朱的華人則稱「坤朱」等。「坤」在泰語本來的意
思是「人」，也是「你」，例如要請問他人的名
字，可以說：「請問你的名字」（**คุณชื่ออะไรครับ**
Khun Chue A-Rai Klab，音相當於「坤賜阿來
喀」）。至於熟悉的人會用的冠稱是「忒」（**เธอ**
Ther），例如：「你在哪裡」（**เธออยู่ไหน** Ther
You Nai，音相當於「忒有乃」）。而對那些年
紀比自己長的人，冠稱要用「譬」（**พี่** Pi），例

如「譬扎倫」（**พี่เจริญ Pi Charoen**）、「譬長」（**พี่ช้าง Pi Chang**）。若是遇有姓古的華人稱「譬古」（**พี่กู๋ Pi Ku**），姓王的華人稱「譬王」（**พี่หวัง Pi Wang**），所以姓古或姓王的人，在泰國如果聽到這樣的稱呼，千萬別生氣，對方其實是在對你表示尊敬。也因此，當一群人之中，被稱或自稱「譬」的人，通常就是最年長者。有對年長者的冠稱，當然就會有對年輕者的冠稱。要對年輕於自己的對方表示親切時，可使用的冠稱是「儂」（**น้อง Nong**）。例如「儂姆」（**น้องหมู Nong Moo**）、「儂噗」（**น้องปู Nong Poo**），這相當於華語中的稱謂「小姆」、「小噗」。所以姓蔡的華人稱「儂蔡」（**น้องไช่ Nong Chai**），即「小蔡」；姓王的華人稱「儂王」（**น้องหวัง Nong Wang**），即「小王」。

泰國人的自稱

　　泰語中的「我」，男女有別。男生自稱「蓬」（**ผม Phom**），女生自稱「迪蟬」（**ดิฉัน Di Chan**）。另有一「我」的自稱是「奴」（**หนู Nu**），其泰語的原意是老鼠，這項自稱只限於女

— 243 —

生使用，是非常謙卑的自稱。當有女性自稱「奴」時，便表示該女性的年紀與對方差距較多，而且還伴有撒嬌的意味。所以男生自稱「奴」是非常奇怪的，聽到的對方的眼光會如何，應該也可以想像。最後，「紗哇迪喀」（**สวัสดี คะ / ครับ** Sawasdee Ka / Klab）是在泰國最常聽見的一句問候語，意思是「您好、早安、午安」等，凡是遇到人時都可以用這句話打招呼。其中最後的音「喀」（**คะ / ครับ** Ka / Klab）是所有的泰語句的結語音，有「是的」的意思，而且也是男女有別。「喀」是女音，而男音則是接近於英文的「Cup」音。如何區別呢？説「喀」之後女生的嘴不合，男生説「喀」音之後會即刻合嘴。

Chapter 3

諮詢篇

① 入境泰國的落地簽證服務

② 駐泰國台北經濟文化辦事處

③ 如何打電話回台灣？

① 入境泰國的 落地簽證服務

　　泰國目前有提供台灣落地簽證的服務，需要準備的物件有：

1. 2張2吋大頭照（曼谷機場辦理通關前也有照相的機器，忘記帶照片也可以在這裡拍，一次200泰銖）。

2. 落地簽證費：每人1,000泰銖（只接受泰幣，可在櫃檯附近的貨幣兌換處兌換泰銖）。

3. 出示已確認之自抵泰日起算，15天內回程機票。

4. 須提出在泰期間足夠之生活費，每人至少10,000泰銖（美金250元），或每一家庭20,000泰幣（美金500元）。

5. 須持用有效期間6個月以上之完整護照。

6. 填寫好申請表（TR-15）。

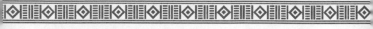

　　備妥以上物件後，到Visa on arrival櫃檯辦理。
不過由於落地簽證櫃檯經常是大排長龍，所以建議
到泰國之前還是先到「泰國貿易經濟辦事處」辦好
簽證。

地址：104台北市松江路168號12樓
TEL：（02）2581-1979或（02）2581-1979
FAX：（02）2581-8707

② 駐泰國 台北經濟文化辦事處

地址：Taipei Economic and Cultural Office in Thailand 20th F1., Empire Tower, 195 South Sathorn Rd., Bangkok, 10120 Thailand

電話：（66-2）6700200

傳真：（66-2）6700220

網址：www.taiwanembassy.org/TH

E-mail：tecocomu.th@gmail.com

急難救助：

※ 急難救助電話專供緊急求助之用（如車禍、搶劫、有關生命安危緊急情況等），非急難重大事件，請勿撥打；一般護照、簽證等事項，請於上班時間以辦公室電話查詢。

境外撥往泰國：（66）81-6664006，護照遺失請撥打（66）81-6664008

泰國境內直撥：（081）6664006，護照遺失請撥打（081）6664008

③ 如何打電話回台灣？

	國際冠碼	台灣國碼	區域號碼	用戶電話號碼
	001或009	886	2	1234-5678
打到市內電話	001或009	+886	撥打時要刪掉區域號碼前面的0，例如台北市就是2。	+1234-5678
打到手機	001或009	+886	若是手機號碼，也要刪掉前面的0。例如0912-000000，就是撥打912-000000。	

國家圖書館出版品預行編目資料

泰國導遊教你的旅遊萬用句 / 李鴻著
--初版. — 臺北市：瑞蘭國際, 2015.02
256面；10.4X16.2公分. -- (隨身外語系列；46)
ISBN 978-986-5639-10-5(平裝附光碟片)
1.泰語 2.旅遊 3.會話

803.7588　　　　　　　　　　　103027873

隨身外語系列 46

泰國導遊教你的
旅遊萬用句

作者｜李鴻・責任編輯｜紀珊、葉仲芸、王愿琦
校對｜李鴻、紀珊、王愿琦、梁月美

泰文錄音｜梁月美、韓融衛・錄音室｜純粹錄音後製有限公司
封面設計、內文排版｜余佳憓・美術插畫｜Ruei Yang・印務｜王彥萍

董事長｜張暖彗・社長兼總編輯｜王愿琦・主編｜王彥萍・主編｜葉仲芸
編輯｜潘治婷・編輯｜紀珊・設計部主任｜余佳憓
業務部副理｜楊米琪・業務部專員｜林湲洵・業務部助理｜張毓庭

出版社｜瑞蘭國際有限公司・地址｜台北市大安區安和路一段104號7樓之1
電話｜(02)2700-4625・傳真｜(02)2700-4622・訂購專線｜(02)2700-4625
劃撥帳號｜19914152 瑞蘭國際有限公司
瑞蘭網路商城｜www.genki-japan.com.tw

總經銷｜聯合發行股份有限公司・電話｜(02)2917-8022、2917-8042
傳真｜(02)2915-6275、2915-7212・印刷｜宗祐印刷有限公司
出版日期｜2015年2月初版1刷・定價｜280元・ISBN｜978-986-5639-10-5

瑞蘭國際

瑞蘭國際